காதலா !
இது தான் காதலா ?

ஆர்த்திகா சுவேந்திரன்

காதலா! இது தான் காதலா?
கதை
ஆசிரியர் : ஆர்த்திகா சுவேந்திரன் ©
முதல் பதிப்பு : ஜூன் 2022
வெளியீடு : ஏலே பதிப்பகம்
5/175, பாத்திமா நகர், கூத்தென்குழி,
திருநெல்வேலி - 627104
தொடர்புக்கு : +91 9944992571

Kaathala! Ithuthan kathala?

Story
by Aartheka Suventhiran ©
First Edition : June 2022
Pages:75
ISBN : 978-93-5533-435-0
Aelay Publish
Contact : +91 9944992571
Designed by : Aelay publish team

உள்ளடக்கம்

முகநூல் பாவனையாளர்கள் அனைவருக்கும் இந்தக் கதை சமர்ப்பணம்.

யாவும் கற்பனையே!

கதையில் இடம் பெற்ற சம்பவங்கள், பெயர்கள் யாவும் கற்பனையே. இவை அனைத்தும் யாரையும் குறிப்பிடுபவையோ, யார் மனதையும் புண்படுத்தும் நோக்கில் எழுதப்பட்டவையோ அல்ல. முற்றிலும் முகநூலை நம்பி தங்கள் சரித்திரப் பாதையைத் தொலைத்துக் கொண்டிருக்கும் மாணவர்களுக்கு விழிப்பூட்டும் நோக்குடன் எழுதப்பட்ட கற்பனை கதை.

-ஆர்த்திகா சுவேந்திரன்-

1. காத்திருந்தாளே கவிதா

உச்சந் தலையில் இருந்து நுனி கால் வரையிலும் ஒரே பதற்றம் கவிதாக்குள். காலையில் இருந்து அவள் இதயம் நிதானமாகவே இல்லை.

சில வருடங்களாக அவளுக்குள் இருந்த ஆயிரம் ஆயிரம் விடை தெரியாத கேள்விகள். நிகழப் போவது என்ன என்பதை ஊகிக்க முடியாத குழப்பங்கள். வாழ்வின் பாதை எந்தப்பக்கம் திரும்பப் போகிறது என்பதை சரியாக சொல்ல முடியாமல் திருப்பத்தின் நடுவில் மதில் மேல் பூனையாய் உள்ள நிலைமை தான் அப்போது இருந்த கவிதாவின் நிலைமை.

பல வருடங்களாக அவள் ஏங்கி ஏங்கி எதிர்பார்த்துக் கொண்டிருந்த தருணம் தான் இப்போது அவள் எதிர் கொள்ளப் போகும் தருணம். அது தருஷினால் அவளுக்கு ஏற்படுத்திக் கொடுக்கப்பட்ட தருணம்.

அவன் அவளுக்காக அந்த நிமிடங்களை ஏற்படுத்திக் கொடுப்பது அவள் மேல் இருக்கும் பரிதாபத்தினாலா? இல்லை பிரியத்தினாலா? அதற்கும் அவளுக்கு விடை தெரியவில்லை.

அவளுக்குள் இருக்கும் அத்தனை கேள்விகளுக்கும் விடை கிடைக்காமல் போனாலும் இன்னும் சில மணி நேரங்களில் அவளது சில கேள்விகளுக்கான விடைகள் கிடைக்கலாம். சில கேள்விகளுக்கு விடை எடுப்பதற்கான வழிமுறைகள் தெரிய வரலாம். அதற்காகவே காத்துக் கொண்டிருந்தாள் கவிதா.

தருஷுடன் நிகழப் போகும் சந்திப்பு அவள் அடி இதயத்தில் இனிமையைக் கொடுத்திருந்தாலும் பயம், பதற்றம், தடுமாற்றம், ஆர்வம், எதிர்பார்ப்பு அனைத்தையும்

கிளப்பிவிட்டிருந்தது அவள் மனதினுள். ஆம், தருஷ் வேறு யாரும் இல்லை! அவளது அன்புக் காதலன்.

யாரென்று தெரியாமல் அறிமுகமாகி தினமும் சில பல உரையாடல்கள் தொடர்ந்து படிப்படியாக நட்பு வளர்ந்து நட்பு மெல்லக் காதலாகி காதல் மெல்ல தருஷுக்கு கசப்பாக,

"இது காதல் இல்லை நட்பு தான்"

என்று அவன் ஆணித்தரமாக கூறிவிட,

"இல்லை இது நட்பு இல்லை காதல் தான்"

என்று இவள் ஒற்றைக் காலில் நிற்க வெறும் பத்து மாதங்களுக்குள் முடிவு பெற்றிருந்தது அவர்களது முகநூல் அறிமுகம்.

அவனாக வந்து அவனாக அவள் மனதுக்குள் நிறைந்துவிட்டு குடும்பத்தைக் காரணம் காட்டி

"இந்தக் காதல் நிலைக்காது. உனது நலம் நாடிக் கூறுகிறேன். இது காதல் அல்ல"

என்று சென்றுவிட்டவனை மீண்டும் மீண்டும் தொடர்பு கொண்டு

"இல்லை இது காதலே தான். உன்னை மனமார ஏற்றுக் கொண்டு வாழ்வைத் தொடங்கிவிட்டேன். எப்படி இந்தப் பெண்மை நிலை மாறும். எப்படி கண்ணியம் தடுமாறும்?"

என்று கெஞ்சிக் கெஞ்சி இறுதியில் எது சரி எது தவறு என்பது புரியாமல் 'கற்பெனப்படுவது சொற்றிறம்பாமை' என்ற வாக்கை மனதார ஏற்றுக் கொண்டவளாக உறுதியாக அவனிடம்

"எனக்கு இல் வாழ்க்கை என்று ஒன்றிருந்தால் அது உன்னோடு தான். இல்லாவிட்டால் சாதனைப் பெண்ணாக தனியாகவே வாழ்வேன். உனக்கு என்னில் நம்பிக்கை இருந்தால் வா. உனக்காக எப்போதும் காத்திருப்பேன். உனக்காக எந்த நெருப்புப் பள்ளத்தையும் கடக்கத் தயார். இதை நினைவில் வைத்துக் கொள்"

என்று கூறிட அவளது தொடர்பை துண்டித்துச் சென்றவன் தான் தருஷ்.

வெளிவாரியாகப் பார்க்கும் போது எந்த விதத்திலும் நம்பிக்கை வைக்க முடியாத முகநூல் நட்பை காதலாக ஏற்று வாழ்வது முட்டாள்தனமாகத் தோன்றினாலும் அவள் இதயத்திற்குள் அவன் தான் உலகம் என்ற உறுதி சிறிதளவிலும் உருக்குலையாமல் அப்படியே இருந்தது.

அவளுக்குள் அன்று தொடக்கம் இன்றுவரை அவனைப் பற்றி ஆயிரம் கேள்விகள். நிரூபிக்கத் தெரியாத நிதர்சனமாய் கவிதாக்குள் தருஷ் சில வருடங்களாக வாழ்ந்து கொண்டிருக்கிறான்.

அவனிடம் முடிவை உறுதியாக சொன்னவள், அவனது காதலை உயிரோட்டமாக தனது இதயத்துக்குள் வைத்திருப்பவள் தானாக அவனை தேடிப் போவது சரியா? தவறா? என்று தெரியாமல் காலத்தின் பாதையில் பயணித்துக் கொண்டிருக்கையில் எதிர்பாராத விதமாக வந்ததுதான் அவனது அழைப்பு.

முடக்கப்பட்ட எண்ணில் இருந்து அழைப்பு வருகையில் துள்ளிக் குதிப்பதா? இல்லை என்ன நடக்கப் போகிறது என்பதை எண்ணி தவிப்பதா? என்று புரியாமல் அழைப்பை எடுத்தவளிடம் நேரில் சந்திக்க ஒரு நேரம் கேட்டு வாங்கிக் கொண்டான் தருஷ்.

இத்தனை வருடங்களின் பின் அவன் குரலைக் கேட்ட குதூகலம், அவனை சந்திக்கப் போகும் கிளர்ச்சி, என்ன நடக்கப் போகிறதோ? என்ற ஆவல், படபடப்பு எல்லாம் சேர்ந்து சில தினங்களாக கவிதாவை எந்த வேலையிலும் முழுமையாக ஈடுபட முடியாமல் வைத்திருந்தது. அத்தனைக்கும் ஒரு விடை சில மணி நேரங்களில் கிடைப்பதற்கு ஒரு வாய்ப்பு காத்துக் கொண்டிருந்தது.

மனதாரக் காதலித்தவனை, மனதோடு வாழ்ந்து கொண்டிருப்பவனை முதன் முதலில் சந்திக்கப் போகின்ற அந்த உணர்வு வார்த்தைகளுக்குள் அடங்காது.

அதுவும் காதலித்து முடித்து கடந்து அவள் கூறிய காதலை நிராகரித்து எவ்வித தொடர்பும் இன்றி சென்றவன் திடீரென்று அழைத்து சந்திக்க கேட்கையில் இதயம் அடையும் அந்த சொல்லொண்ணா உணர்வை கவிதாவின் மனதைத் தவிர வேறு யாராலும் புரிந்து கொள்வதும் வார்த்தைகளால் விவரித்துக் கூறுவதும் அவ்வளவு எளிதில்லையே.

களவாக அவனது முகநூலில் அவனைப் படங்களில் மட்டும் பார்த்துக் கொண்டிருந்தவளுக்கு அவனை நேரே காணக் கிடைப்பது கிளர்ச்சியை ஏற்படுத்தி இருந்தாலும் அவள் உள் மனது ஏதோ ஒரு மர்மம் ஏதோ ஒரு எதிர்பாராத திருப்பம் நிகழப் போகிறது என அடித்துக் கொண்டே இருந்தது. எதுவாக இருந்தாலும் முகங் கொடுத்துப் பார்ப்பது தான் என்று அவன் அழைத்த இடத்திற்கு சரியான நேரத்திற்கு சற்று முதலாகவே சென்று காத்துக் கொண்டிருந்தாள் கவிதா.
காத்திருப்பு ஒன்றும் அவளுக்குப் புதிதல்லவே......

2. அழைத்தது யாரோ?......

'தருஷ் வந்த உடனே எப்படி உணர்வை வெளிப்படுத்துவது சிரிப்பதா? முறைப்பதா? இல்லை ஊடல் கொண்டு திரும்பி நிற்பதா? ஊடல் கொள்ளும் அளவிற்கு அவன் மேல் உரிமை இருக்கிறதா?' என்று குழம்பியபடி அவன் குறிப்பிட்ட ஹோட்டல் ஒன்றின் வெளியே நின்று கொண்டிருந்தாள் கவிதா.

அவன் கூறிய நேரம் வருவதற்கு இன்னும் சில நிமிடங்கள் இருந்தன. அதுவரை அப்படியே கடந்த காலத்தினுள் மெல்ல மெல்ல மூழ்கிக் கொண்டிருந்தாள் கவிதா.

அவன் அனுப்பிய குறுந் தகவல்கள் ஒன்று ஒன்றாக அவள் நினைவுக்குள் வந்தது. ஒற்றை மாதத்துக்குள் அவன் சொல்லிய 'ஐ லவ் யூ' கள் எவ்வளவு. அவன் உயிரூட்டிய அவள் கனவுகள் எவ்வளவு? அப்போது அவன் கேட்டிருக்கிறான்.

"எப்ப நான் உன்னப் பாக்கிறது? "

"அதுக்கு என்ன அவசரம் கலியாணம் நடக்கேக்க பாரு"

"அவ்வளவு நாளா? ஏன் அதுக்கு முதல் எங்கையாவது மீட் பண்ணுவம் தானே. எப்ப உன்ன பாப்பன் எண்டு இருக்கு"

"அப்பிடி எல்லாம் இல்லை. கலியாணத்துக்கு முதல் நான் எங்கையும் உங்கள தனிய மீட் பண்ண மாட்டன்."

"ஏன் உனக்கு என்னோட ஊர் சுத்தனும் எண்டு ஆசை இல்லயோ?"

"அது எல்லாம் கலியாணத்துக்கு அப்புறம் பாதுப்பம். அதுக்கு முதல் நான் எங்கையும் வரமாட்டன்."

இவ்வாறு அவர்களுக்கு நிகழ்ந்த உரையாடலை எண்ண அவளுக்குள் சிரிப்பு வந்தது.

'எவ்வளவு குழந்தைத்தனமாக நேரே சொல்லி இருக்கிறேன். அவனுக்கு முகத்தில் அடித்ததைப் போல இருந்திருக்காதா?'

என்று எண்ணும் போது அவள் இதயத்தின் ஓரம் சிறு வலியும் ஏற்படவே செய்தது. ஆனால் அதை சொல்லும் போதும் கூட அவனை எப்போது நேரில் பார்ப்போம் என்ற ஆவல் அவளுக்குள் புதுவித ஆர்வத்தை தூண்டிவிட்டிருந்தது.

இப்போது முதன் முதலாகப் பார்க்கும் போது யாரோவாகவா பார்க்க வேண்டும் என்று எண்ணி தன் விதியைக் கடிந்து கொண்டாள் கவிதா.

"என்ன கவி யோசனை பலமா கிடக்கு"

என்ற காந்தக் குரலை சட்டெனக் கேட்டதும் திரும்பித் திகைத்து என்ன செய்வது என்று தெரியாமல் உறைந்து போய் நின்றாள் கவிதா.

அவளது அடி வயிற்றுக்குள் ஏதோ எல்லாம் உருண்டது. கதைக்க வாய் எடுத்தும் தொண்டையைத் தாண்டி வார்த்தைகள் வரமாட்டோம் என்று பிடிவாதம் பிடித்துக் கொண்டிருந்தன. சில கணம் அப்படியே நின்றாள் கவிதா.

அவளது மலைப்பைப் பார்த்து தருஷ் ஏளனப் புன்னகை புரிய அப்போது தான் நிலைமை புரிந்தவளாக பட்டென தன்னை சுதாகரித்துக் கொண்டு வணக்கம் என்பதைப் போல ஒரு பார்வை பார்த்தாள்.

அவள் சுதாகரித்துக் கொண்டாள் என்பதைப் புரிந்து கொண்டவன்

"வாறிங்களா போய் சாப்பாடு ஓடர் பண்ணிட்டு இருப்பம்" என்றான்.

அப்போது தான் தற்போது மதியம் ஒரு மணி என்பதும் அன்று முழுவதும் தானும் உண்ணவில்லை என்பதும் அவளுக்கு நினைவில் வர

'ஆம்' என்பது போலத் தலையை ஆட்டினாள்.

தருஷ் முன்னால் செல்ல கவிதாவும் பின்னாலேயே சென்றாள். நண்பர்களுடன் பல தடவைகள் அந்த ஹோட்டலுக்கு சென்றிருந்தாலும் இப்போது தான் முதல் தடவை செல்வது போன்ற உணர்வு அவளுக்குள் எழுந்தது.

அவள் அவன் பின்னால் சென்று கொண்டிருந்தாலும் அவள் மனம் அவன் முன்னால் சென்று

'ஏன் என்னைப் பார்த்து ஏளனப் புன்னகை வீசினாய்?.... எதற்காக என்னை உரிமையாக நீ என்று கூப்பிடாமல் நீங்கள் என்றாய்?'

என்ற வேதனையைக் கொட்டித் தீர்த்துக் கொண்டிருந்தது.

இருவரும் சென்று ஒரு மேசையை சுற்றி முன்னால் முன்னால் பார்க்கக் கூடியவாறு அமர்ந்தனர். அருகில் சென்று அமர்ந்தால் என்ன என்று கவிதாவின் உள் மனம் வினாவினாலும் அவன் மேல் இருந்த பொய் கோபமும் தன்னை இவ்வளவு நாளும் தனியே தவிக்கவிட்ட வேதனையும் சேர்ந்து அவளை தடுத்தன.

முன்னால் தான் உயிருக்கு உயிராக நேசித்த கனவுக் காதலன். கதைப்பானா? இல்லையா? என்று கலங்கிக்

கொண்டிருக்கையில் முன்னால் வந்து இருக்கிறான். அவளுக்குள் அப்போது இருந்த சொல்லொண்ணா இனிமையை அவனும் அறிந்திருக்க வாய்ப்பில்லை.

"நாங்க முதன் முதல்ல சந்திக்கேக்க ஒரு வேளை நான் கறுப்பா வடிவில்லாம இருந்தா என்ன செய்விங்க?"

"வாடி என் பொண்டாட்டி எண்டு காத்துப் போக ஏலாத அளவுக்கு இறுக்கி கட்டிப்பிடிச்சுக்குவேன்."

அவனுடன் கதைக்கும் போது நடந்த உரையாடல் அவளுக்கு நினைவிற்கு வந்தது. நேரில் பார்த்தால் ஒரு வேளை பிடிக்காமல் போய்விடுமோ என்ற பயத்தில் அவள் கேட்க தருஷ் சொன்ன பதில் அப்போது அவளைக் கிறங்கடித்து இருந்தது.

அன்று அவன் நேரில் இருந்திருந்தால் உடனே இறுக்கி அணைத்திருந்திருப்பாள். அந்த சம்பாசணையை எண்ணி நாணி தலையைக் குவிந்திருந்தவளை

"வணக்கம் சேர், மாம். ஓடர் பிளிஸ்"

என்ற குரல் நிஜ உலகத்திற்குள் கூட்டிக் கொண்டு வந்தது. தருஷ் ஓடர் கொடுக்க அதையே தனக்கும் கொண்டு வரச் சொல்லிக் கூறினாள் கவிதா.

"என்னங்க நான் ஓடர் பண்ணினது னொன் வெஜ். உங்களுக்குத் தானே னொன் வெஜ் பிடிக்காதே"
என்றான் தருஷ்.

"இல்லை நீங்க அதையே கொண்டு வாங்க"
என்று வெஜிட்டரைப் பார்த்து கூறிவிட்டு மெல்ல தருஷை நோக்கினாள் கவிதா.

"பரவாயில்லையே. உங்கள்ள நிறைய மாற்றம் தெரியுது. நீங்களும் பிரட்டிக்கல் லைப் க்கு ஏற்ற மாதிரி மாறிட்டிங்க போலயே"
என்று சற்று நக்கல் கலந்த தொனியில் கேட்டான் தருஷ்.

அவனைப் பார்த்து விஷமப் புன்னகை பூத்துவிட்டு ஹோட்டலை சுத்திப் பார்ப்பது போல முகத்தைத் திருப்பிக் கொண்டாள் அவள்.

"உன் நெக்ஸ்ட் பேர்த்டே யார் கூட?"

"என்ன விளங்கல"

"இல்ல இந்த முறை உன் பேர்த்டேக்கு நாங்க மீட் பண்ணுவமா?"

"ஐயோ எங்கட வீட்ட தெரிஞ்சா கொலை பண்ணிப் போடுவாங்க."

"இல்ல யாருக்கும் தெரியாம மீட் பண்ணுவம்."

"மீட் பண்ணி?...."

"இல்ல ஒரு ஹோட்டல்ல மீட் பண்ணுவம். உன் பேர்த்டே பாட்டியை அங்க வை"

"எப்பவும் சாப்பிடுறதுலயே இருங்க."

"இல்ல உன் பேர்த்டே அண்டைக்கு நான் என் கையால உனக்கு னொன் வெஜ் ஊட்டி விடனும். நீ னொன் வெஜ் பழகிக்கிறதா சொன்ன தானே. என் கையால ஊட்டிவிடனும் உனக்கு."

"ஓ அப்பிடியா"

"ஆமா அப்போ ஊட்டிவிட்ட என் கைக்கு அது தருவியா"

"என்ன"

"இல்ல அது தான்......... கிஸ்....."

"வாய மூடிட்டு இருங்க அது எல்லாம் கலியாணத்துக்கு அப்பிறம் தான். கலியாணத்துக்கு பிறகு மீட் பண்ணுவம் பேசாம இருங்க."

இவ்வாறு காதலிக்கையில் அவர்களுக்குள் நடந்த சம்பாசனை கவிதாவின் மனதில் ஓடிக் கொண்டிருந்தது.

அந்த சம்பாசனை நிகழ்ந்த அன்று அவன் தனக்கு ஊட்டி விடுவதாக சொன்னதை எண்ணி தன்மேல் அவனுக்கு இருந்த பாசத்தை எண்ணி எண்ணி அவள் அடைந்த பூரிப்புக்கு அளவே இல்லை. தன்னை ஒருவன் நேசிப்பதை அறியும் போது அந்தப் பெண் மனம் அடையும் ஆனந்தத்துக்கு எல்லையே இல்லை அல்லவா!......

இப்போது அந்த சம்பாசனையை எண்ணி ஒரு பெருமூச்சுவிட்டாள் கவிதா.

"என்னங்க வந்ததில இருந்து பாக்கிறன் ஒரே யோசினையாவே கிடக்கு எதும் பிரச்சனையா? எதும் மீட்டிங் ஓ வேற எதும் புறப்பிளமா?"

"இல்ல இல்ல அது ஒண்டும் இல்ல."

"சரி சரி நான் உங்களுக்காக ஒண்டு கொண்டு வந்திருக்கிறன். அக்சுவலி அத குடுப்பம் எண்டு தான் உங்கள வரச் சொல்லிக் கேட்டன்."

அவன் கூறியதைக் கேட்கும் போதுதான் தான் அவனுக்காக எதுவும் கொண்டு வரவில்லையே என்பது மூளையில் உறைக்க மெதுவாக அவனை உற்றுப் பார்க்க உணவும் வந்து சேர சரியாக இருந்தது.

"முதல சாப்பிடுவம். சரியா பசிக்குதுங்க. அப்புறம் கதைப்பம்." என்று தருஷ் கூற அவன் என்ன கொண்டு வந்திருப்பான் என்ற பயம் கலந்த ஆவலை உள்ளுக்குள் மறைத்துக் கொண்டு மெல்லிய புன்னகையுடன் ஆம் எனத் தலையாட்டியபடி சாப்பாட்டை நோக்கித் திரும்பியது கவிதாவின் நயனங்கள்.

கவிதாவின் இதயம் வேகமாய் அடித்துக் கொண்டது.
'கடவுளே அவன் கொண்டு வந்தது அவனது திருமண அழைப்பிதழாக மட்டும் இருந்துவிடக் கூடாது'
என்று தெரிந்த கடவுளை எல்லாம் இறைஞ்சி வேண்டிக் கொண்டது அவளது உள்ளம்.

மெதுவாக தருஷ் சாப்பிடும் அழகை ரசிப்பதற்காக அவள் நிமிரவும் அவளது தொலைபேசி மணி ஒலிக்கவும் சரியாக இருந்தது. தருஷ் இவற்றை எல்லாம் கவனிக்காமல் சாப்பாட்டை வேட்டையாடுவதில் மும்முரமாக இருந்தான்.

தொலைபேசியை எடுத்து யாரென்று பார்த்தவள் அதிர்ந்து போனாள். அதில் "மை லைப்" என்று இருந்த எண்ணில் இருந்து அழைப்பு வந்ததது.

அவ்வாறு அவள் பதிவு செய்து வைத்திருந்த எண் வேறு யாரினதும் இல்லை. அது தருஷின் எண் தான்.

'என்னடா இவன் முன்னால் இருந்து கொண்டு அழைப்பெடுக்கிறானே?'

என்று நிமிர்ந்து பார்த்தவளுக்கு தொண்டை தண்ணீர் வற்ற அதிர்ந்து நடுங்கி அந்த குளிரூட்டப்பட்ட அறைக்குள்ளும் வியர்த்துக் கொட்டியது.

ஆம்! தருஷ் அங்கே தனக்கும் உலகிற்கும் சம்பந்தம் இல்லாதவனைப் போல சாப்பிட்டுக் கொண்டிருந்தான். அவனது இரு கைகளும் மேசையின் மேலேயே இருந்தன. அவனது கைகளில் தொலைபேசியே இல்லை.

தருஷைப் பற்றி பல கேள்விகளுக்கு விடை தேடி வந்தவளுக்கு எதிர்பாராத ஒரு அதிர்ச்சி அது. 'நேற்றுக் கூட இதே எண்ணில் இருந்து அழைத்துத் தானே இங்கு சந்திக்க வரச் சொன்னான்'

என்பதை எண்ணியதும் அவளுக்கு எல்லாம் இருட்டிக் கொண்டு வந்தது.

'ஒரு வேளை..... ஒரு வேளை..... இது பேயா?... ஆவியா?..... அதெல்லாம் உண்மை தானா?.... "

அவள் பதற அவள் கையில் இருந்த தொலைபேசி மேசையில் விழ அந்த அதிர்வில் சாப்பிட்டுக் கொண்டிருந்த தருஷ் அவளை நிமிர்ந்து பார்த்தான்.

3. அதிர்வூட்டிய அதிர்வலைகள்

"என்னங்க... என்ன ஆச்சு.... இப்பிடி வேர்த்து கொட்டுது. ஏதும் பிரச்சினையா? ஏதும் போகனுமா? ஏதும் அவசரமா? "

என்று அவளைப் பார்த்து அவ்வளவாக எந்தப் படபடப்பையும் காட்டாமல் சாதாரணமாகக் கேட்டான் தருஷ்.

தருஷ் சாதாரணமாக இருப்பதை பார்த்து கொஞ்சம் தன்னை ஆற்றுப்படுத்திக் கொண்டவள்.

" இல்லை. கை தவறி போன் விழுந்திட்டு. ஒருக்கா இருங்க வாறன்."
எனக் கூறி அவனது பதிலையும் எதிர்பாராமல் கட கட வென தொலைபேசியையும் எடுத்துக் கொண்டு எழுந்து கை கழுவும் இடம் நோக்கிச் சென்றாள் கவிதா.

பயம், அதிர்ச்சி எல்லாம் கலந்து வெருண்டு போய் இருந்த தனது முகத்தைக் கண்ணாடியில் பார்த்து அவளே பயந்துவிட்டாள்.

குழாயைத் திறந்து முகத்தைத் தண்ணீரால் அடித்துக் கழுவி விட்டு முகத்தைப் பார்த்தவாறு பெருமூச்சு ஒன்றை விட்டாள்.

'என்னடா இது! ஏற்கனவே அவனப் பற்றி பல கேள்விகளோட விடை தேடி வந்தா. இது புதுக் குழப்பமா இருக்கு. எனட வாழ்க்கைல அவன் முழு குழப்பமாவே இருக்கிறானே!

என்ன நடந்திருக்கும். ஒரு வேளை எனக்குத் தான் பிரமை பிடிச்சு இருக்கோ? வந்திருக்கிறது தருஷ் தானே. வந்த அழைப்பு

அவன்ட நம்பர்ல இருந்து தானே. அவன் இங்க இருக்க எப்பிடி இது சாத்தியம்?.....

ஒரு வேலை அவன்ட பொக்கர் குள்ள இருந்து தட்டுப்பட்டு மாறி எனக்கு கோல் வந்திருக்குமோ? இல்லை உண்மையில இவன் தான் தருஷ் ஆ? எனக்கு தான் பாக்கிற எல்லாரையும் தருஷா தோணுதா?'

இவ்வாறு கண்ணாடியைப் பார்த்தவாறு தனக்குத் தானே கேள்வி கேட்டுக் கொண்டிருந்தாள் கவிதா.

கை கழுவ வந்தவர்களுக்கு இவள் ஒரு வேளை பைத்தியமாக இருப்பாளோ எனத் தோன்றும் அளவுக்கு அவளது நடவடிக்கைகள் இருந்தன.

'இல்ல. மனசு குழப்பத்துல இருந்தா எதையும் கண்டுபிடிக்க ஏலாது. இப்பவும் பேசாம விட்டன் எண்டா இதுக்கு ஒரு முடிவே வராது. எல்லா மர்ம மூடிச்சுக்களையும் ஒவ்வொன்டா அவிட்டுத் தான் ஆகனும்.
இது நல்ல சான்ஸ். நானா தேடிப் போகாம அவனா வந்து மாட்டி இருக்கிறான். சோ இதப் பயன்படுத்தி எவ்வளவு கேள்விக்கு விடை எடுக்க முடியுமோ எடுத்திடனும்.

அவனப் பாத்தா அவனுக்குள்ள காதல் இருக்கிற மாதிரி தெரியல. ஒண்டு அவன் நடிக்கனும். இல்லனா எதுக்காக பாக்க கூப்பிட்டிருப்பான்? அதுவும் இவ்ளோ காலம் கழிச்சு.

நான் மட்டும் தான் அவனக் காதலனா பாக்கிறனா? பெஸ்ட் அத விட்டுட்டு என்ன நடந்தது? என்ன நடக்குது? எண்டத கண்டு பிடிக்கனும் '

இவ்வாறு சிறிது நேரம் நின்று யோசித்துவிட்டு இன்று எப்படியாவது கேள்விகளுக்கு விடை கண்டுபிடித்து விடுவதுதான் என்று மனதுக்குள் முடிவெடுத்து மனதைத் திடமாக்கி அவன் முன்னால் சென்று சாப்பிடத் தொடங்கினாள் கவிதா.

'இவளுக்கு என்னவாகி இருக்கும்'

என்ற கேள்விக்குறியுடன் அவளைப் பார்த்தவன் அவள் முகத்தில் ஒரு தெளிவான ஒளி தெரிவதைப் பார்த்து

'ஏதோ பிரச்சினை இப்போ சரி ஆகிட்டு போல'

என்று எண்ணி அமைதியாக இருந்தான்.

"சொறி கொஞ்சம் பேர்சனல் பிறாபிளம். நவ் ஓகே. ஏதும் கேர்ட் பண்ணி இருந்தா சொறி."

"சீ சீ அது ஒண்டும் இல்லைங்க. உங்களுக்கு தான் உடம்புக்கு ஏதும் முடியலையோ எண்டு நினைச்சன். ஓகேனா ஓகே."

"யா நவ் ஓகே. நான் வேற குழப்பதில உங்களோட சரியாக் கூடக் கதைக்கல. அப்புறம் எப்படி இருக்கிறீங்கள் லைவ் எல்லாம் எப்படி போகுது?"

"அப்படா இப்பயாசும் கேட்டிங்களே. லைவ் க்கு என்ன செமயா போகுது. செம ஹப்பியா இருக்கிறன். ஒரு கம்பனி ஸ்டாட் பண்ணி இருக்கன். அதோட ஆட்டோ மொபைல் எஞ்சினிஜரிங் கோஸ் ஒண்டும் போலே பண்றன். நீங்க எப்படி இருக்கிறீங்க?"

"ஐ ஆம் ஓல் சோ குட். வேக் பண்ண தொடங்கி வன் இயர் ஆகுது. வேக் பிடிச்ச மாதிரி நல்லா போகுது. ஜாலியா தான் இருக்கிறன்"

"ஆ சூப்பருங்க. அப்பிறம் வீட்டுல மாப்பிள ஒண்டும் பாக்கலயா?" என்று கேட்டு விட்டு ஒரு கள்ளச் சிரிப்பு சிரித்தான் தருஷ்.

'அவனப் பொறுத்தவரைக்கும் இப்ப நான் பழைய கவிதா இல்ல. நான் அப்ப சொன்னத அவன் நம்பவே இல்லை. நம்பி இருந்தா இப்பிடி கேட்டு இருப்பானா? பொயிண்டுக்கு வாறான். பாப்பம். என்ன சொல்றான் எண்டு'

இவ்வாறு மனதுக்குள் எண்ணியவாறு பின்வருமாறு பதிலளித்தாள் கவிதா.

"பாக்க போறம் எண்டு கேட்டாங்க தான். பட் நான் தான் அதுக்கு இப்ப என்ன அவசரம் ஒரு ரண்டு மூண்டு வருஷம் போகட்டும் எண்டு சொல்லி வைச்சிருக்கிறன். அது சரி உங்க வீட்ட என்னவாம்."

"ஆ அப்போ வீட்டுக்கு தெரியாம லவ் ஏதும் பண்றீங்கள்ளா என்ன? ஏதும் ஹெல்ப் தேவைப்பட்டா சொல்லுங்க. உங்க லவ் ஐ சேத்து வைச்சிடலாம்."

இதைக் கேட்டதும் காதைப் பொத்தி ஒரு அறை கொடுத்து

' உனக்கு தெரியாதா உன்னத் தான் நான் லவ் பண்றன் எண்டு'

எனக் கேட்க வேண்டும் போல இருந்தது கவிதாக்கு. ஆனால் உணர்ச்சி வசப்படக் கூடாது என்பதில் அவள் மூளை தெளிவாக இருந்தது.

"ஹஹஹஹா... நல்ல ஜோக். லவ் எல்லாம் எனக்கு செட் ஆகாது எண்டது உங்களுக்குத் தெரியாததா என்ன?

சரி அதவிடுங்க உங்க பிரண்ட்ஸ் எல்லாம் எப்பிடி இருக்காங்க?"

"யாரக் கேட்கிறீங்க?"

"நீங்க உங்கட பிரண்ட்ஸ் ஹாங்க ன்ரெடியூஸ் பண்ணி வைச்சிங்களே அவங்கள கேட்டன். ஜனுஷ் அண்ணா, தாஸ் அண்ணா அவங்கள தான் கேட்டன்."

" ஆ அவங்களுக்கு என்ன எல்லாம் செமயா இருக்கிறாங்கள்."

தருஷின் வாய் பதிலை உரைத்தாலும் இன்னும் அவள் பழையது எதையும் மறக்கவில்லை என்பதை தருஷ் அப்போது தான் புரிந்து கொண்டான்.

ஒரு வேளை அவள் தனக்காக தான் வீட்டில் திருமணப் பேச்சைத் தள்ளிப் போட்டுக் கொண்டிருக்கிறாளோ என்ற எண்ணம் தோன்ற அவனுக்கு புல்லரித்தது. பல நாள் திருடன் பொலிஸிடம் மாட்டிக் கொண்டதைப் போல கொஞ்ச நேரம் முழித்துக் கொண்டிருந்தான்.

நண்பர்களைப் பற்றிக் கேட்டதும் அவனுள் ஏற்படும் மாற்றத்தை அவளும் கவனிக்கத் தவறவில்லை. அவனது அந்த முக மாற்றமே ஏதோ தனக்குத் தெரியாமல் ஒரு மர்மம் ஒளிந்திருப்பதை கவிதாக்கு உணர்த்தியது.

என்ன தான் மூளை மர்ம முடிச்சுக்களை அவிழ்ப்பதில் மும்முரமாக இருந்தாலும் அவள் இதயம் வெந்து கருகத் தொடங்கி இருந்தது.

அவனுக்கு தன்மேல் துளியளவிலும் காதல் இல்லை என்பதை அவனது செயற்பாடுகளும் கதைகளும் அவளுக்கு தெரிவித்திருந்தன. அவன் எதற்காக இப்போது வந்திருக்கிறான் என்பது தான் அவளுக்குப் புரியாத புதிராக இருந்தது.

இனியும் தாமதிக்காதே என்று அவள் மூளை அவளுக்குக் கட்டளையிட்டது. தனது தொலைபேசியை எடுத்து 'மை லைவ்' என்று இருந்த எண்ணுக்கு அழைப்பெடுத்தாள். அழைப்பு போய்க் கொண்டிருந்தது. ஆனால் தருஷின் தொலைபேசி ஒலிக்கவில்லை. உடனே தனது அழைப்பை துண்டித்துவிட்டாள் கவிதா.

"இவ் யூ டோன் மையிண்ட் உங்க போனில இருந்து ஒரு கோல் பண்ணிக்கலாமா?" என்றாள்.

"இட்ஸ் ஓகே பண்ணிக்கோங்க"

என்றவாறு தனது போனை எடுத்துக் கொடுத்தான் தருஷ். அவள் ஏதோ இக்கட்டான சூழ்நிலையில் மாட்டிக் கொண்டிருக்கிறாள் போல என்று எண்ணினான் அவன்.

கருகிக் கொண்டிருந்த இதயத்திலும் அவனது போனைத் தொடப் போகிறோம் என்ற கிளர்ச்சி வந்து அவள் இதயத்தை இலேசாக வருடிவிட்டிருந்தது.

அவளது ஒரு கேள்விக்கு விடை கிடைக்கப் போகிறது என்ற படபடப்புடன் அவனது தொலைபேசியில் இருந்து தனது தொலைபேசிக்கு ஒரு மிஸ்ட் கோல் கொடுத்தாள். அது அவளது தொலைபேசியில் புது எண்ணாக பதிவாகி அழைப்பு வந்தது.

அதன் பின் தனது தொலைபேசியில் 'மை லவ்' என்று இருந்த எண்ணுக்கு அவனது தொலைபேசியில் இருந்து அழைப்பெடுத்தாள். இதை தருஷும் பார்த்தும் பார்க்காதது போல பார்த்துக் கொண்டிருந்தான்.

அவள் அந்த எண்ணுக்கு தருஷின் தொலைபேசியில் இருந்து அழைப்பெடுக்க அது 'ஜனுஷ்' என்று அவனது

தொலைபேசியில் பதியப்பட்டு இருப்பதைக் கண்டு அதிர்ந்து
போனாள் கவிதா.

கவிதா மட்டுமல்ல... சற்றும் எதிர்பாராத விதமாக கவிதாவின்
தொலைபேசியில் 'மை லைவ்' என்று இருந்ததையும் அதே எண்
தனது தொலைபேசியில் 'ஜனுஷ்' என்று இருந்ததையும் கண்ட
தருஷ் அப்படியே திகைத்து ஆதாரத்துடன் அகப்பட்டுக்
கொண்ட திருடனாக முழிக்கத் தொடங்கினான்.

4. காலாவதியான காதல்

எப்போதோ விளையாடிய விளையாட்டு ஒன்று வினையாகிக் கொண்டிருக்கும் தருணத்தை உணர்ந்து கொண்டது தருஷின் உள்ளம்..

"அரசன் அன்று கொல்வான் தெய்வம் நின்று கொல்லும்" என்ற வாக்கு பலிக்கப் போகிறதோ என்று பதறினான் தருஷ்.

'கடவுளே! பேசாம இருந்து இருக்கலாம். இப்பிடி வந்து மொத்தமா மாட்டி கிட்டமே! எல்லாம் அவங்களால தான் வந்தது. இப்பிடி வந்து கடசில எல்லாம் என்ர தலைல வந்து சேர்ந்திருக்கு. ஷெட்....

இவளுக்கு எப்பிடி என்ர போனை எடுத்து அந்த நம்பர போட்டு பாக்க தோணிச்சு?.... இவள் எல்லாத்தையும் இப்ப வரைக்கும் நம்பிட்டு தான் இருந்திருக்கிறாளா? இப்ப தான் டவுட் வந்திருக்கோ..

மஜாரிட்டி வர அவளுக்கு எல்லாம் விளங்கி இருக்கும் எண்டு நினைச்சன். இவள் இப்பிடி இருக்காளே... இப்ப எப்பிடி ரியாக்ட் பண்ண போறாளோ என்ன செய்ய போறாளோ'

இவ்வாறு ஒரு பக்கம் தான் மாட்டிக் கொண்டது எண்ணி படபடப்பும் இன்னொரு பக்கம் அவளது வெகுளித்தனமான காதலை எண்ணி பரிதாபமும் ஆச்சரியமும் தருஷை ஆட் கொண்டிருந்தன.

ஒரு புறம் தருஷின் குற்றமுள்ள நெஞ்சு குறுகுறுத்துக் கொண்டிருந்தது.

'அவள் அடுத்து என்ன கேட்கப் போகிறாள்? பேசாமல் போனைப் பறித்துக் கொண்டு எழும்பிப் போய்விடுவோமோ'

என்று நிலைமையை அலசிக் கொண்டிருந்தது. அதைப் பார்த்தும் பார்க்காதவன் போல அடுத்த தாக்குதலுக்கு ஆயத்தமாகும் போர் வீரனைப் போல அவன் மனம் தயாராக எத்தனித்துக் கொண்டிருந்தது.

கவிதாவின் மனம் மறுபுறம் வெந்து வேகி என்ன செய்வது எப்படி எதை நம்புவது ஒன்றும் தெரியாமல் திகைத்துக் கொண்டிருந்தது.

'இப்படியே தெரியாதது போல சென்றுவிடுவதா? இல்லை இன்னும் சில கேள்விகளுக்கு விடை கண்டுபிடிப்பதா?' என்று ஒரு கணம் யோசித்தாள்.

கண்டுபிடிப்பது என்று இறங்கியாகி விட்டது. இனி முன் வைத்த காலை பின் வைக்காமல் மெதுமெதுவாக என்ன நடந்தது, நடக்கிறது என்பதை அறிந்து கொண்டு செல்வோம் என்று புத்தி அவளுக்குக் கூறியது.

சிறிது நேரம் அடுத்து என்ன செய்வது என்று புரியாமல் மௌனமாகவே இருந்தாள் கவிதா.

'எப்படி ஜனுஷ் அண்ணாட நம்பர இவன்ட எண்டு நினைச்சிட்டு இருக்கிறன். அப்போ இவ்வளவு நாளும் தருஷ் மாதிரி என்னோட கதைச்சது ஜனுஷ் அண்ணாவா?'

என்று எண்ணும் போதே அவளுக்கு தலையைச் சுற்றிக் கொண்டு வந்தது.

அவளது மூளையோ அவசரப்படாதே கவிதா கொஞ்சம் பொறுமையாக இரு என்றது. அவளுக்கு காதுகளைப் பொத்திக்

கொண்டு குழறி அழ வேண்டும் போல இருந்தது. கஷ்டப்பட்டு அழுகையை அடக்கி மறைத்துக் கொண்டாள்.

தான் செய்தது தவறு தான் என்பது தருஷுக்குப் புரிந்தாலும் இதனால் இப்படி ஒரு விளைவு உருவாகும் என்பதை அவன் எதிர்பார்க்கவில்லை. ஒரு வேளை தன் விளையாட்டு அவளது வாழ்க்கையைப் பாதித்துவிடுமோ என்று முதல் முறை அஞ்சினான் தருஷ்.

அவனால் இதை தனியாக சமாளிக்க முடியும் என்று தோன்றவில்லை. அதனால் தனது நண்பர்களுக்கு அழைப்பெடுத்து அவர்களையும் கூப்பிட்டு நடந்ததை அனைவரும் சேர்ந்து சொல்லிப் புரியவைப்பது தான் சிறந்தது என்று அவனுக்குத் தோன்றியது.

எதையும் கவனிக்காதவன் போல மெதுவாக சாதாரணமாக முகத்தை வைத்துக் கொண்டு

"என்ன கவி கதைச்சிட்டிங்களா?... நானும் ஒரு கோல் பண்ணிட்டு வாரன் ஜெஸ்ட் எ மினிட்" \

என்று கூறிவிட்டு கவிதாவின் கையிலிருந்த தொலைபேசியை வாங்கிக் கொண்டு சற்று தூரமாகச் சென்று நண்பர்கள் இருவருக்கும் ஒரே நேரத்தில் அழைப்பெடுத்தான்.

"டேய் ஒரு அவசரம் லொக்கேசன் அனுப்பி வைக்கிறன் உடன வாங்கடா"

என்று கூறி அவர்களது பதிலையும் எதிர்பார்க்காமல் அழைப்பைத் துண்டித்துவிட்டு அவர்களுக்கு குறுந்தகவல் அனுப்பிவிட்டு தயங்கித் தயங்கி அவளைத் திரும்பி பார்த்தவன் அதிர்ந்து போனான்.

கவிதாவின் கைகளில் அவன் அவளுக்கு கொடுக்க கொண்டு வந்த அழைப்பிதழ் இருந்தது. அப்போது தான் அவன் அதை எடுத்து மேசையில் வைத்த ஞாபகம் வந்தது. 'கடவுளே நிலைமை தெரியாம அவசரப்பட்டு அதை எடுத்து வெளில வைச்சிட்டமே' என்று மனதுக்குள் சில நடுக்கம் ஏற்பட்டது.

தூரத்தில் இருந்து அவளை உற்றுக் கவனித்தான். அவள் கண்கள் சிவந்து பேயறைந்தாற் போல அந்த அழைப்பிதழைக் கையில் வைத்து கண் வெட்டாமல் அதைப் பார்த்துக் கொண்டு அசையாமல் இருந்தாள்.

அவளை மீறி அவள் இரு கண்களில் இருந்தும் இரு நீரருவிகள் கொட்டிக் கொண்டிருந்தன. தருஷுக்கு என்ன செய்வது என்று புரியவில்லை. நண்பர்கள் வரும் வரை அதிலேயே நின்றுவிடுவோம் என்று முடிவெடுத்தான்.

சில நிமிடங்களில் அந்த அழைப்பிதழை அப்படியே எடுத்துக் கொண்டு மேசையிலிருந்த ஒரு தட்டில் உணவுக்குரிய காசையும் வைத்துவிட்டு தருஷையும் பார்க்காமல் தன் பாட்டில் எழுந்து விறுவிறு என்று போனாள் கவிதா.

அவளை சென்று மறித்து சற்று பொறுக்குமாறு கேட்டு ஆசுவாசப்படுத்த வேண்டும் என்று தோன்றியது தருஷுக்கு. முதன் முறையாக தருஷின் அடி நெஞ்சில் ஊசியால் குத்தியதைப் போல இருந்தது.

ஆனால் அவனது குற்ற உணர்ச்சி அவனது கால்களை அசையவிடவில்லை. "கவிதா" என்று முதன் முறையாக அவன் இதயத்திலிருந்து உதிர்த்த வார்த்தைகள் அவன் தொண்டையைத் தாண்டி வரவில்லை.

கவிதா சென்றுவிட்டாள். அவளோடு தொலைபேசிக் குறுந்தகவலில் கதைக்கும் போது அவள் மேல் வராத காதல்

இப்போது அவள் மேல் உண்டாவதாக உணர்ந்தான். இப்போது அவள் தன்னோடு கதைக்கும் போது சொன்ன ஒவ்வொரு வார்த்தைகளையும் நினைத்துப் பார்த்து அதற்குள் இருந்த உண்மைகளை உணரத் தொடங்கினான்.

'அவள் என்மேல் எவ்வளவு காதல் கொண்டிருந்திருக்கிறாள். அவள் இறுதியாக சொன்னது போல் இன்னமும் எனக்காகத் தான் காத்திருக்கிறாள் போல. இப்படி கதி கலங்கிப் போகிறாளே. நான் எவ்வளவு விளையாட்டுத் தனமாக முகநூலையும் யாரும் நம்புவார்களா என்று நினைத்தேன்.

கடவுளே இப்படியும் இருப்பார்களா? அவளுக்குள் எவ்வளவு மனவலிமை இருந்திருக்க வேண்டும் நான் வருவேன் என்று இவ்வளவு நாளும் காத்திருக்க.... சீ கடைசில எண்ட வெடிங் காட்டை குடுத்து அவளை வேதனைப் படுத்திட்டனே.... அவள் உண்மையில் என்னைத்தான் காதலித்திருப்பாளா? இல்லை அந்த குறுந்தகவல்களைக் காதலித்திருப்பாளா?'

என்று தனக்குள் குழம்பிக் கொண்டிருந்த தருஷுக்கு முதல் முறை அவள் மேல் ஒரு இனம்புரியாத உணர்வு ஏற்பட்டது. அது காதலா? இல்லை பரிதாபமா? என்பது கடவுளுக்குத் தான் வெளிச்சம்.

ஐனுஷூம் தாஸூம் பதறியடித்துக் கொண்டு வந்து சேர்ந்தார்கள். தருஷ் கலங்கியபடி அங்கு நடந்த அனைத்தையும் கூறி முடித்தான். நிகழ்ந்து அனைத்தையும் உணர்ந்த மூவரது மனமும் ஏதோ ஒரு விபரீதம் நிகழப் போவதை உணர்ந்தது.

5. தர்மசங்கடத்தில் ஒரு தவிப்பு

கண்கள் வழியாக ஏறிய நச்சூட்டப்பட்ட துருப்பிடித்த ஊசி ஒன்று இதயத்தின் ஒவ்வொரு அணுவையும் குத்திக் குத்திச் சிதைப்பதை உணர்ந்தது கவிதாவின் இதயம்.

கால்கள் தன் பாட்டில் நடந்தன. எங்கு செல்கிறோம் என்ன செய்கிறோம் என்ற எந்த சுயநினைவும் அற்றவளாக நடந்து கொண்டிருந்தாள் அவள். அவள் நடந்து கொண்டிருந்தாலும் அவள் நினைவு தருஷின் அருகிலேயே துண்டிக்கப்பட்டிருந்தது.

தருஷ் அங்கே நண்பர்களுடன் நின்று கொண்டிருந்தாலும் அவனது உள்ளம் கவிதாவின் பின்னால் சென்று கொண்டிருந்தது. அவள் மேல் இனம் புரியாத ஒரு பேரன்பு ஊற்றெடுத்துக் கொண்டிருந்தாலும் அவனுக்கு அப்போது பயமே அதிகமாக இருந்தது.

தனக்கு ஏதும் ஆகிவிடுமோ தன்னை யாருக்கும் காட்டிக் கொடுத்துவிடுவாளோ என்ற பயத்தை விட கலங்கிக் கொண்டு சென்ற கவிதா சரியாகிவிடுவாளா? அவளுக்கு எதுவும் ஆகிவிடக் கூடாது என்ற பயமே அவனுக்கு அதிகமாக இருந்தது.

"என்னங்கடா செய்றது இப்ப. என்னால எதுவும் யோசிக்க முடியல. டேய் எல்லாம் உங்களால தான்டா. கடசில ஒரு பொம்பிள பிள்ளைட வாழ்க்கைல விளையாடிட்டிங்களேடா.... ஆரம்பத்தில இருந்து படிச்சு படிச்சு சொன்னன் நீங்கள் தான் இல்லை அவள் உருட்டுறாள். வாழ்க்கைல ரசி அது இது அப்பிடி இப்பிடி எண்டு... ஷேட்... இப்ப என்ன பண்ற என்டே தெரியல..." என்று குழம்பியபடி கூறினான் தருஷ்.

இதற்கு என்ன பதில் சொல்வது என்று தெரியாமல் முழித்துக் கொண்டிருந்தான் ஐனுஷ்.

"டேய் முதல் பதற்றப்படாம இரு. பதற்றப்பட்டு ஒண்டும் செய்ய ஏலாது." என்றான் தாஸ்.

"இவன் தான்டா. எல்லாம் இவனால தான். நேற்று பேசாம இருந்து இருக்கலாம் தானே. பிளக் பண்ணின நம்பர எதுக்கு அன் பிளக் பண்ணி போன் பண்ணினி. அந்தப் பிள்ளை பேசாம இந்தளவு நாளும் இருந்த மாதிரி தன்பாட்டில நிம்மதியா இருந்திருக்கும். இப்ப பார் குழம்பிக் கொண்டு போகுது..." என்றான் தருஷ்.

"இஞ்ச பார்றா இவருக்கு இப்ப அவள் அழுது கொண்டு போறது தான் பிரச்சினையாம். என்ன சேர் அவளப் பாத்த உடன காதல் பொங்கிக் கொண்டு வந்திட்டுதோ" என்று பதற்றம் மாறி நக்கலாகச் சொன்னான் ஐனுஷ்.

ஐனுஷின் கதையைக் கேட்டதும் தருஷுக்குக் கோபம் பத்திக் கொண்டு வந்தது.

"காதைப் பொத்தி வெளுக்கப் போறன் பேசாம இரு. என்ன நடக்க போகுதோ எண்டு குழம்பிக் கொண்டு இருக்கிறன். உனக்கு இதுக்க உனக்கு கிளுகிளுப்பு கேக்குதோ?.... உங்களுக்கு என்ன என்ட பேரை வைச்சு தானே விளையாடி இருக்கிறீங்கள் நான் தானே அனுபவிக்கனும்.... "

பதற்றத்தில் என்ன பேசுவது என்று புரியாமல் கூறிக் கொண்டிருந்தான் தருஷ்.

" நிப்பட்டுடா இப்ப ஏன் நீ குழம்புறாய். அவள் உன்னை ஏதும் கேட்டவளோ இல்லை தானே. அவளே பேசாம போட்டாள்.

போய் உன்ர வேலையைப் பாப்பம் எண்டு இல்ல சும்மா குழம்பிட்டு நிக்கிறா.

என்ன நடந்தாலும் குழம்பிற ஆள் இல்லையே நீ இண்டைக்கு ஏன் தேவையில்லாம குழம்பிறா? ஒண்டும் நடக்காது எல்லாம் சரி ஆயிடும் பேசாம வா இன்னும் ஒரு கிழமைல கலியாணத்தை வைச்சுகிட்டு அங்க எவ்வளவு வேலை கிடக்கு. பேசாம வா வீட்ட ஒண்டும் நடக்காது. நாங்கள் இருக்கிறம் பாத்துப்பம் நீ வெளிக்கிடு முதல் வீட்ட.... "

என்று நிலைமைய மோசமாகவிடாமல் தருஷை சமாதானம் செய்ய எத்தனித்துக் கொண்டிருந்தான் தாஸ்.

"அதில்லடா அவள் போகேக்க அவளை பாத்து இருந்திங்கள் என்டா இப்பிடி கதைக்கமாட்டியள்" என்றான் தருஷ்.

"டேய் பிரச்சினை எடுக்கிறவளா இருந்திருந்தா அவளா உன்னைத் தேடி வந்திருப்பாள். இல்ல இங்கையே உன்னட நேர கேட்டு பேசி இருப்பாள். அவள் கதைக்காமலே போட்டாள் எல்லோ. சோ அவள் இனி எதுவும் பண்ண சான்ஸ் இல்லடா. நீ சும்மா போட்டு குழப்பிக்காம வீட்ட வா. அவளுக்கு எல்லாம் விளங்கி இருக்கும் வா."

என்று தருஷை சமாதானப்படுத்தி அழைத்துக் கொண்டு போவதற்காக தாஸ் இவற்றை எல்லாம் சொன்னாலும் அவன் மனதுக்குள் கவிதாவை காத்துக் கொள்ளுமாறு இறைவனை வேண்டிக் கொண்டான்.

"இல்லடா அவள் பேசிட்டு போய் இருந்தா கூட அமைதியா இருந்திப்பன். ஆனா அவன் இடக்கு முடக்கா எதும் பண்ணிட்டாள் என்டா குற்ற உணர்ச்சியே என்னை கொன்டு போட்டும்டா" என்றான் தருஷ்.

"மன்னிச்சிடுடா மச்சான். அப்ப சின்ன வயசுல ஒரு வயசு கோளாறுல எல்லாரும் நம்மள மாதிரி தான் இருப்பாங்க எண்ட நினைப்பில தெரியாம செய்தது இப்பிடி உன்னை பாதிக்க அளவில வந்து நிக்கும் எண்டு நா கனவிலயும் நினைச்சு பாக்கலடா மச்சான்..." தவறையும் நிலைமையும் உணர்ந்தவனாக ஐனுஷ் கூறினான்.

"சரிடா இனி என்ன செய்றது எல்லாம் நல்ல விதமா நடக்கும். நாங்க செய்றது தப்பு எண்டு புரிஞ்சுகிட்டம் கடவுளுட்ட மன்னிப்பு கேட்பம். கடவுள் மிச்சத்த பாத்துப்பார்.
இப்ப வேணும் எண்டா அவள் வீட்ட போய் சேந்திட்டாளா எண்டு பாத்து அவள் வீட்ட போய் சேரும் மட்டும் அவளுக்கு பாதுகாப்பா தெரியாம பின்னால போவம். வீட்ட போய்டா வீட்டுகாரங்க பாத்துப்பாங்க தானே."

என்று தாஸ் கூறியது தான் தாமதம் தருஷ் "வாங்கடா" என்றவாறு எழுந்து சென்றான்.

மூவரும் அவளைத் தேடிக் கொண்டு சென்றனர். சிறிது நேரம் அலைந்த பின்னர் அவளது வீட்டிற்கு பக்கத்துத் தெருவில் அவள் சென்று கொண்டிருந்தாள். அவள் வீட்டுக்குள் நுழையும் வரையும் நின்றுவிட்டு மூவரும் சென்றனர்.

தனது வீட்டிற்கு சென்று அறையைப் பூட்டிக் கொண்டான் தருஷ். என்ன தான் அவள் பேசாமல் போனாலும் அவள் வீட்டிற்கு சென்றுவிட்டதை உறுதிப்படுத்தவிட்டு வந்தாலும் நண்பர்கள் சமாதானப்படுத்தி விட்டிருந்தாலும் தருஷின் உள்ளம் சமநிலையில் இல்லை.

மெதுவாக கட்டிலில் சாய்ந்தான். அன்று நடந்த அனைத்தையும் மீட்டுப் பார்த்தான். அவளை நேரே பார்த்த பின்பு தான் அவனுக்கு அவள் முன்னர் கதைத்த அனைத்தும் முழு உண்மையாகவே இருக்க வேண்டும் என்பது புலப்பட்டது.

'கடவுளே எதுக்காக இப்ப அவள மீட் பண்ண வைச்சா. அதுவும் என் லைவ் பிக்ஸ்ட் ஆனா பிறகு அவளை சந்திக்க வைச்சு அவளையும் உடைய வைச்சிட்டியே.

ஒரு வேளை எனக்கு வெடிங் பிக்ஸ்ட் ஆகலைனா நானும் அவள லவ் பண்ண ஆரம்பிச்சு இருப்பனா. சீ... எந்த மூஞ்சிய வைச்சிட்டு அவள லவ் பண்றது. அவள்ட லவ் எவ்வளவு புனிதமானது. அதுக்கு நான் தகுதியானவனே இல்லை..

அவளோட முதல் கொஞ்ச நாள் முகநூல்ல கதைச்சது நானா இருந்தாலும் விளையாட்டுக்கு ஜனுஷ்ட நம்பரை என்ட நம்பர் எண்டு குடுத்து பிறகு கதைச்ச முழுக்க ஜனுஷ் தானே. அவளுக்கு "ஐ லவ் யூ" சொன்னது கூட அந்த நம்பர்ல இருந்து விளையாட்டுக்கு எல்லோ.... அவளுக்கு இப்ப அது விளங்கி இருக்குமா?..... சீ... இப்படி ஒரு தர்ம சங்கட நிலைக்கு தள்ளிவிட்டுடமே அவளை'

என்று தருஷின் மனம் முழுவதும் கவிதாவை சுற்றி சுற்றியே எண்ணிக் கொண்டிருந்தது.

"கடவுளே அவளை இயல்பு நிலைமைக்கு கொண்டு வந்து அவளை சந்தோஷமாக வாழ வை"

என்று தனக்குத் தெரிந்த அனைத்துக் கடவுளையும் வேண்டிக் கொண்டான் தருஷ்.

அவளை சுற்றியே எண்ணிக் கொண்டிருந்த தருஷின் மனம் முதலில் இருந்து நிகழ்ந்த அனைத்தையும் ஒன்று ஒன்றாக மீட்கத் தொடங்கியது.

6. சித்திரக் காதல்

"இங்க பாருடா இந்த ரோயிங்க. செம கிறியேட்டிவ் டா வேற லெவல்.." மும்முரமாக முகநூலை பார்த்துக் கொண்டிருந்த ஜனுஷ் தருஷிடம் முகநூலில் பார்த்த ஒரு சித்திரத்தைக் காட்டினான்.

அதில் ஒரு பெண்ணின் படம் வரையப்பட்டிருந்தது. ஆனால் அதை உற்றுப் பார்த்த போது அந்தப் பெண் பிரபஞ்சத்தால் நிறைந்திருந்தது போல உலகின் ஒவ்வொரு அம்சத்தையும் கொண்டு அந்தச் சித்திரம் வரையப்பட்டிருந்தது. பெண்ணுக்குள் பிரபஞ்சமே அடக்கம் என்பதையும் பிரபஞ்சத்தின் உருவாக்கம் பெண் தான் என்பதையும் அந்த சித்திரம் தத்ரூபமாக பார்த்தவுடன் கவரும் முகமாக எளிமையாக இனிமையாக உணர்த்தி இருந்தது.

"ஆமான்டா செம. நிச்சியமா இது ஒரு கலை வெறி நிறைந்த கலைஞரால் தான் வரைந்திருக்க முடியும். சூப்பர்டா எங்க அதை எனக்கு அனுப்பு பாப்பம்" என்றான் தருஷ்.

"இது என்னடா பிரமாதம் நான் சொல்ற பேஸ் புக் ஐடிய சேஜ் பண்ணிப் பார் திகைச்சுப் போவாய் மச்சான்"

ஜனுஷ் சொன்ன முகநூல் கணக்கிற்கு சென்று பார்த்தவன் திகைத்துத் தான் போனான். அங்கே ஒன்றா இரண்டா பல அதிர்ச்சிகள் அவனுக்கு காத்திருந்தன.

அந்த முகநூல் கணக்கு முழுவதும் பற்பல வகை வகையான சித்திரங்கள். அனைத்தும் கைகளால் வரையப்பட்டு முகநூலில் பதிவேற்றம் செய்யப்பட்டவை.

ஒவ்வொரு சித்திரத்திலும் ஒவ்வொரு வித்தியாசமான நுட்பமான கருத்துக்களும் அழகியலும் புதைந்திருந்தன. ஒவ்வொன்றையும் ஒரு தடவை அல்ல நாள் முழுவதும் ரசித்துக் கொண்டிருக்கலாம். அனைத்தும் அப்படி ஒரு அழகியல் நுட்பங்களைக் கொண்டிருந்தன.

அந்த முகநூல் கணக்கு ஒரு பெண்ணின் பெயரில் இருந்தது.

'நிச்சயம் இது அனுபவ முதிர்ச்சி கொண்ட ஒரு பெண்மணியாகத் தான் இருக்க வேண்டும்'

என்று ஊகித்தான் தருஷ். ஆனால் அங்கே அவனுக்கு ஒரு அதிர்ச்சி காத்திருந்தது. அங்கு குறிப்பிடப்பட்டிருந்த அவளது பிறந்த திகதி தருஷைவிட அவளது வயது குறைவு என்பதைக் காட்டியது.

"டேய் மச்சி என்னடா இதுல இருக்கிற டீடெயில்ஸ பாத்த சின்ன பொண்ணா இருக்கும் போலயே. ஆனா இந்த ஆட்ஸ பாத்தா அப்படி தெரியலயே... ஒரு வேலை வயச குறைச்சு போட்டா நிறைய ரீச் ஆகும் எண்டுட்டு போட்டு இருக்கோ? இருக்கலாம் ஏன் இது போய்(Boy) ஆ கூட இருக்கலாம். கேர்ள்ட நேம் ல இருந்தா நிறைய ரீச் ஆகும் தானே... " என்றான் தருஷ்.

"ஓ அப்ப நீ ரிக்குவஸ்ட் குடுத்திட்டா. கேர்ள் என்டதால தான் குடுத்தா அப்பிடி தானே."

"ரிக்குவஸ்ட் குடுத்திட்டன் தான். பட் கேர்ள் என்டதுக்காக இல்லடா அந்த ஆட்ஸ் க்காக... மச்சி கலைய ரசிக்கனும் டா. அதுவும் இது மாபெரும் ஆற்றல் டா..." என்று அசடு வழிய கூறி முடித்தான் தருஷ்.

"ஆ வழியுது துடை. ஏன் உன்ட புத்தி இப்பிடி எல்லாம் யோசிக்குதோ. அந்தப் புள்ளட வயசு சில வேளை பொய்யா இருக்க கொஞ்ச சான்ஸ் இருக்குத்தான்.

ஆனா அது பொண்ணு தான்டா. கடைசி வரைக்கும் போய் பார் அதில அவளுக்கு கிடைச்ச ஒரு விருது போட்டு இருக்கு அதில கவிதா வடிவேல் எண்டு போட்டு அந்த புள்ளட படமும் இருக்கு. அதில இருக்கிற திகதியையும் படத்தையும் வைச்சு பாத்தா சின்ன பிள்ளயா தான் இருக்கும். மேபி அந்த பெர்த் ஓவ் டேட் சரியா இருக்க நிறைய வாய்ப்பு இருக்கு"

என்று ஒரு ஆய்வறிக்கையையே சமர்ப்பித்திருந்தான் ஜனுஷ்.

"என்னை வழியுது துடை எண்டுட்டு நீ இவ்வளவும் தெரிஞ்சு வச்சிருக்கிறியே. என்ன சைட் அடிக்கிறியா?.... எத்தனையாவது இது?"

"அடேய்... போடா... நீ தானே சொன்னா கலையை ரசிக்கனும் எண்டு அதான்டா..."

"பொறு பாப்பம் அந்த போட்டோவ." என்று அவளது படத்தைத் தேடிப் பார்த்த தருஷின் வயது தனது வேலையைக் காட்ட ஆரம்பித்தது.

"டேய் ஓவரா வழியுது துடை..." என்றான் ஜனுஷ் நக்கல் பார்வையுடன்.

"இல்லடா இந்த பொண்ணுகிட்ட ஏதோ ஒண்ணு இருக்குடா. இது வரைக்கும் எத்தின பொண்ணுங்கள சைட் அடிச்சிருப்பம். ஆனா இவள பாக்கும் போது என்னமோ ஒரு மாதிரி ஒரு உணர்வுடா அத எனக்கு சொல்ல தெரியல.... ரொம்ப நல்ல பொண்ணா இருக்கும் போலயேடா..."

தருஷ் அவளைப் பார்த்த உன்மத்த நிலையில் கூறினான்.

"என்ன உனக்கு இப்ப வெளில கொட்டா உள்ள ஜில்லுனு இருக்கா..." ஜனுஷ் நக்கலடித்தான்.

"போடா சும்மா கலாய்காம இது மற்ற பொண்ணுங்கள சைட் அடிக்கிற மாதிரி பம்பல் இல்லடா உண்மையா தான்டா ஒரு மாதிரி பீல் ஆகுது."

"என்ன சேருக்கு கியூபேட் அம்பு விட்டாச்சோ... "

"அட போடா அப்பிடி இல்ல.. என்னமோ பிடிச்சிருந்திச்சு சொன்னன். எல்லாத்துக்கும் கியூபேட் ட இழு."

"சரி சரி புலம்ப ஆரம்பிச்சிடாத. எனக்கும் பெஸ்ட் டைம் பாக்கும் போது இப்ப தான் ஒரு பொண்ண பாக்கிறம் எண்ட மாதிரி பீல் ஆச்சுது. அதான் இன் பொக்ஸ் போய் தொந்தரவு பண்ணல"

"ஆமாடா ரொம்ப பண்பான பொண்ணா இருப்பா போலயே. மொடலிங் எண்ட பெயர தப்பா விளங்கி கலாசாரத்தை அழிச்சிட்டு இருக்கிற பொண்ணுங்க மத்தில இந்தப் புள்ள ரொம்ப ரொம்ப டிவ்றன்ட் டா. பட் நான் உன்ன மாதிரி நல்லவன் இல்ல. அந்த புள்ள மட்டும் றிக்குவஸ்ட் அக்செப்ட் பண்ணட்டும் மேஷேஜ் போட்டு பாக்க போறன். என்னமோ தெரியலடா கதைச்சு பாக்கனும் போல இருக்குடா."

"என்னடா சொல்றா தருஷ் நீயா இப்பிடி கதைக்கிறாய். பொண்ணுங்கள தூர நிண்டு மட்டும் ரசிக்கனும் அவங்கள டிஸ்ரப் பண்ணக் கூடாது எண்டு அட்வைஸ் எல்லாம் பண்ணுவியேடா. ஓ காதல் வந்தா இப்பிடி தானோ....."

" டேய் சும்மா இருடா. இது ஒரு வித அன்பு அத காதல்னு போட்டு குழப்பிக்கக் கூடாது. என்னமோ பிடிச்சிருக்கு. சும்மா மெசேஜ் பண்ணி பாப்பம். றிப்ளைய் பண்றதும் பண்ணாததும் அந்த புள்ளைட இஷ்டம்"

"சரி தருஷ் சேர் என்னவோ பண்ணுங்க." என்றான் ஜனுஷ்.

இவர்கள் இப்படி உரையாடிக் கொண்டிருக்கும் போது கவியும் அவனது நட்பழைப்பை ஏற்றிருந்தாள்.

"டேய் என்னடா ஒரே நாள்ல அக்செப்ட் பண்ணிட்டாள். ஐ கான்ட் பிளீவ் திஸ்" என்றான் தருஷ்

"என்னடா லவ் அ அக்செப்ட் பண்ணின மாதிரி துள்ளிக் குதிக்கிறா. ஆட்டிஸ்ட் என்டா அப்பிடித் தான்டா. ரசிகர்களுக்கு மதிப்பளிப்பினம். ஏன் நான் றிக்குவஸ்ட் குடுக்கும் போது இத விட ஸ்பீட்டா அக்செப்ட் பண்ணிச்சு அந்த புள்ளை."

"சரி சரி பெறாமைல எரிஞ்சு விழாத. பொறு ஒரு மெசேஜ் போட்டுப் பாப்பம்."

"எனக்கு என்னடா பொறாமை. போடா என்னவோ பண்ணு. பார் அந்த புள்ளை உன்னை கேள்ர்ஸ்க்கு அலைறவன் எண்டு நினைக்கப் போகுது."

"ஏன்டா அப்பிடி சொல்றா" சற்றுக் கோபத்துடன் கேட்டான் தருஷ்.

"பின்ன அக்செப்ட் பண்ணின உடன மெசேஜ் போட்டா அப்பிடி தானே நினைப்பினம்."

"போடா டேய் எல்லாரையும் உன்ன மாதிரி நினை. எல்லாரும் அப்பிடி இல்ல. நல்லவங்களும் உடன மெசேஜ் பண்ணுவாங்க."

"ஓ அப்பிடியா. இப்ப நீ எதுக்கு மெசேஜ் பண்ணினி அப்ப அந்த பிள்ளைக்கு நல்லது பண்ணவா."

"டேய் ஏன்டா வதைக்கிறாய்.... நல்லவங்கள தெரிஞ்சாங்க. சும்மா தெரிஞ்சப்பம் எண்டு தான்டா மெசேஜ் பண்ணினன். வேற ஒண்டும் இல்லடா."

"ஓ தெரிஞ்சாங்க. அஃறிணைல இருந்து உயர்திணைக்கு புறமோசன். சரி நடத்து நடத்து."

"போடா எல்லாரையும் உன்ன மாதிரி. நினைக்காத."

"அது சரி சேர்ட மெசேஜ் க்கு றிப்ளை வந்திட்டோ"

"இல்லடா" என்றான் தருஷ் சற்று ஏமாற்றம் கலந்த தொனியில்.

"அதானே நான் சொன்னன். றிப்ளையே வராது பாரன். இன்னும் புளொக் பண்ணாம இருக்கா எண்டு பார்" என்று அதன் பின்னர் ஐனுஷ் தருஷை வைத்து கலாய்த்துக் கொண்டே இருந்தான்.

அதன் பின்னர் இரண்டு, மூன்று நாட்களாக எந்தப் பதிலும் வரவில்லை. லேசாக ஒரு கவலை இருந்தாலும் அதை வெளிக்காட்டாமல் இயல்பாக தனது வேலைகளைப் பார்த்துக் கொண்டிருந்தான் தருஷ்.

****

கட்டிலில் இருந்து தருஷ் இவற்றை எண்ணிய போது அவன் இதயத்துக்குள் பெரும் வலி ஒன்று ஏற்பட்டது.

'நானும் ஆரம்பத்தில் அவளை நேசித்திருக்கிறேன். இப்போது தானே அது எல்லாம் என் புத்திக்கு உறைக்கிறது. ஏன் நான் இப்பிடி பண்ணினன்.'

என்று எண்ணி பெரும் வேதனைப்பட்டுக் கொண்டிருந்தான் தருஷ்.

7. காதல் தற்கொலை

சில நாட்களின் பின் தருஷாம் கவிதாவும் முகநூலில் கதைக்க ஆரம்பித்துக் கொண்டனர். தருஷ் தன்னை அவளது கலையின் ரசிகனாக அறிமுகப்படுத்தி இருந்தான். அவனது கலை மீதான ரசனை கவிதாவை அவன் பக்கம் ஈர்க்க ஆரம்பித்தது.

எப்போதாவது கதைக்கும் அவர்களது உரையாடல்கள் தினமும் நிகழ ஆரம்பித்தது. முதலில் அவன் அனுப்பும் குறுந் தகவல்களுக்கு பல மணி நேரங்கள் கழித்து பதில் அனுப்பிக் கொண்டிருந்தவள் உடனுக்குடன் அனுப்பும் நிலைமைக்கு மாறினாள்.
சில நாட்கள் செல்ல அவனது குறுந் தகவல்களுக்காக காத்திருக்க ஆரம்பித்தாள். நாட்கள் நகர நகர அவனது குறுந்தகவல் பார்க்காமல் அவளது நாள் விடிவதும் இல்லை, அவனுக்குச் சொல்லாமல் அவளது நாள் முடிவதும் இல்லை என்ற நிலையை அடைந்திருந்தாள் கவிதா.

"என்னடா அந்த புள்ளையோட கதைக்க ஆரம்பிச்சிட்டா போல..." ஐனுஷ் கேட்டான்.

"ஓமடா. அந்த புள்ள றிப்ளை பண்ணிச்சுடா"

"ஆ சூப்பர் மச்சி. என்ன கட்டத்துல நிக்குது உங்க சம்பாசணை."

"நீ நினைக்கிற மாதிரி இல்லடா. அந்த புள்ள ரொம்ப நல்ல புள்ள. ரொம்ப கிறியேட்டிவிற்றி இருக்குடா. பட் அவள்ட இன்ரெஸ்டுக்கும் அவள் படிக்கிற துறைக்கும் தான் சம்பந்தம் இல்லை. அந்த புள்ள மட்டும் ஆட் கோஸ் பொலோ பண்ணி முடிச்சுது னா வேற லெவல் பேமஸ் ஆ வரும்டா."

"ஆகா..... என்ன நிறைய எல்லாம் தெரிஞ்சு வைச்சிருக்கிறீங்க. என்ன லவ் வா?...."

"டேய் உனக்கு முதலே சொன்னான் இது லவ் இல்ல எண்டு. தேவை இல்லாம லூசுதனமா கதைக்காத சரியோ சொல்லிப்போட்டன் உனக்கு அவ்வளவும் தான்..." தருஷ் கோபமாகக் கூறினான்.

"டேய் நீ லவ் பண்ணல சரி. அந்த புள்ள உன்னை லவ் பண்ணுதோ எண்டு கேட்டன். "

"டேய் அவள் ஏன்டா என்னை லவ் பண்ண போறாள். ஏன்டா எல்லாரையும் ஒரே கண்ணோட்டத்தில பாக்கிறீங்கள்"

"பின்ன என்னடா டெய்லி லவ்வர்ஸ் மாதிரி சட் பண்ணிட்டு இருக்கிறிங்கள். லவ் இல்ல எண்டு சொல்றாய்"

"டேய் எரும எப்படா என் போன் ஆ எடுத்தா. மற்றவங்கட பேர்சனல் சட் பாக்க கூடாது எண்டு ஒரு விவஸ்தை இல்லை...."

"என்னடா தருஷ் இப்பிடி கதைக்கிறாய்.... இதுவரைக்கும் நான் உன் கிட்ட எதுவும் காட்டாம விட்டிருக்கிறனா? இல்ல நீ தான் என்கிட்ட எதுவும் மறைச்சிருக்கிறியா? இப்ப என்ன புதுசா மறைக்கிறாய்?"

"உன்கிட்ட மறைக்க ஒண்டும் இல்ல மச்சான். அந்த புள்ள ரொம்ப நல்ல புள்ளைடா எவ்வளவு ரெஸ்பெக்ட் பண்ணி பக்குவமா கதைக்குதுனு பாத்தா தானே. அதான்டா அது உனக்கு காட்டினா நீ கண்டபாட்டுக்கு லவ் அது இது எண்டுட்டு இருப்பாய் அதான்."

"டேய் நான் ஏன் சும்மா சொல்லுறன். வேணும்ன்னா பாரன் இது லவ் தான்டா."

"டேய் என்னை சும்மா குழப்பாத. அவள எனக்கு பிடிக்கும்டா
பட் லவ் எண்டு ஏன்டா அந்த அன்பை குழப்பிறா மச்சான்."

"என்னடா நீ என் பிரண்டா இருந்து கொண்டு இப்பிடி
இருக்கிறாய். இது லவ் தான்டா. உன்ல லவ் இல்லாமலா அந்த
புள்ள டெய்லி இவ்வளவு தரம் உன்னோட கதைக்குது."

"ஏன்டா அண்ணாவோடு இவ்வளவு தரம் கதைக்க கூடாதா? ஏன்
அத விடு பிரண்டோட இப்பிடி கதைக்க கூடாதா?"

"நீ என்ன அவள்ட அண்ணனா? எனக்கு என்னவோ இது பிரண்ட்
மாதிரி தெரியல. அவள் இம்பிரஸ் ஆகிட்டாள் எண்டு
நினைக்கிறன்."

"இரு நைசா நம்பர கேட்டு பாப்பம். "

"டேய் சும்மா இருடா. எதுக்கு இப்ப நம்பர். அவள சும்மா
குழப்பாத. நீ தேவை இல்லாம கதைக்கிறவள கதைக்கவிடாம
பண்ணிடாத."

"பாத்தியா மச்சான். நீ பயப்பிடுறாய். அது தான் லவ் இல்லை
எண்டுறாய். எங்க அவள் கதைக்காம போய்டுவாளோ எங்க
விட்டுட்டு போய்டுவாளோ எண்டு பயப்பிடுறா மச்சான்.
டெபினிட்லி இது லவ் தான் மச்சான். நீ வேணும் னா பாரன்
அவள் உன்மேல இம்பிரஸ் ஆகிட்டாள் எண்டா நம்பர்
தருவாள்."

"என்ன கருமமோ போடா. ஆனா தேவை இல்லாம அந்த
புள்ளயோட விளையாடாத"

"இங்க பார் என்னடா தருஷ் பெரிய மகான் மாதிரி எல்லாம்
கதைக்க ஆரம்பிட்டாய்"

"இப்ப பார் உன்ட நம்பர அனுப்பி இருக்கிறன். கொஞ்ச நேரத்தில வாட்ஸ் அப் க்கு மெசேஜ் வரும் பாரன்."

சிறிது நேரம் கழித்து ஜனுஷ் க்கு புலனத்தில் ஒரு புது இலக்கத்தில் இருந்து குறுந் தகவல் வந்திருந்தது.

"ஹாய்"

"நீங்க யாரு?..."

"என்ன நீங்க நீங்களே நம்பர் தந்திட்டு என்னை ஆர் எண்டு கேக்கிறீங்க?"

இந்த குறுந்தகவலைப் பார்த்து குழம்பிய ஜனுஷுக்கு சிறிது நேரத்தின் பின்னர் தான் நிலைமை விளங்கியது.

"டேய் தருஷ் உன்ட போனை ஒருக்கா தாடா..."

தருஷின் தொலைபேசியை வாங்கிக் பார்த்த ஜனுஷ் "டேய் மச்சான் அந்த புள்ளைக்கு உன்ட நம்பர குடுக்கிறதுக்கு பதிலா மாறி என்ட நம்பர குடுத்திட்டன் டா." என்றான்.

"டேய் என்னடா சொல்றாய். என்னை வைச்சு என்ன காமடி பண்றியா?"

"இல்லை மச்சான். மாறி பழக்க தோஷத்தில என்ர நம்பரை ரைப் பண்ணிட்டன் டா."

"இப்ப என்னவாம் அவள்."

"அந்த புள்ள "ஹாய்" போட்டிருக்குடா"

"சரி அப்பிடியே விடு. ரிப்ளை பண்ணி என்னையும் மாட்டி விட்டுடாத. அப்பிடியே இருக்கட்டும் விடு."

****

வீட்டுக்குள் நுழைந்த கவிதா விறு விறு என்று தனது அறைக்குள் சென்று கதவைப் பூட்டிக் கொண்டாள். தனது பையை கட்டிலில் தூக்கி எறிந்துவிட்டுக் கையில் இருந்த அழைப்பிதழை விரித்து அதில் இருந்த இரண்டு பெயர்களையும் பார்த்தாள்.

'கவிதா' என்று இருக்க வேண்டிய இடத்தில் 'காவியா' என்று இருப்பதை பார்க்க அவளுக்கு குழறி அழ வேண்டும் போல இருந்தது.

அந்த அழைப்பிதழைக் கிழித்துப் போட வேண்டும் போல இருந்தது அவளுக்கு. ஆனால் அதில் இருந்த தருஷ் என்ற பெயரைப் பார்க்கும் போது கிழிக்கத் தோன்றவில்லை.

'என்ன தான் இருந்தாலும் அவன் உன் காதலன்' அவள் உள் மனம் கூறியது. அழைப்பிதழைத்   தூக்கி அறை சுவர் மீது எறிந்தாள். பெண்கள் தங்கள் பலத்தை இழக்கும் இடம் இது தானே! 'என்ன இருந்தாலும் அவர் என் 'புருஷன்'. 'என்ன தான் இருந்தாலும் அவன் என் காதலன்' என்பதில் தான் பெண்கள் தங்கள் மொத்த பலத்தையும் இழந்துவிடுகிறார்கள்

'என்ன அவன் என் காதலனா? அவன் என்னை காதலித்தானா? இல்லை.... எல்லாம் நடிப்பு... பொய்.... ஏமாத்து.... காதலிப்பதாக சொன்னது கூட பொய் தான் போல..... சீ அவன் தான் என்னோட ஜனுஷ் அண்ணாட நம்பர் ல இருந்து கதைச்சானா? இல்ல அவன் மாதிரி ஜனுஷ் அண்ணா கதைச்சாரா? சீ இன்னும் அண்ணா எண்டா யோசிக்குது இந்த மனசு. சீ இவ்வளவு கீழ்த்தரமாவும் இருப்பாங்களா?.... கடவுளே......

அப்போ என் காதல் பொய்யா? என் வாழ்க்கை இவ்வளவும் தானா? சீ நான் மனசார காதலிச்சது அவனை தானே. இப்பிடி கேவலப்படுத்திட்டானே. இதுக்கு பிறகு நான் யாருக்காக எதுக்காக வாழனும்.

இல்லை இந்த கொடுமையை என்னால இதுக்கு மேலையும் பொறுக்க ஏலாது. அவன் இன்னொருத்திக்கு சொந்தமாகிறதையும் பாக்க ஏலாது. நான் அவன் எண்டு நினைச்சு இன்னொருத்தன் கூட கதைச்ச கேவலத்தையும் பொறுக்க ஏலாது. போதும் இதுக்கு மேல இந்த கேவலங் கெட்ட உயிர் வாழ வேண்டாம்'

இவ்வாறு கோபம், வேதனை, அருவருப்பு என்பன நிறைந்த கவியின் மனம் இதுக்கு மேலும் உலகில் வாழ முடியாது என்று முடிவெடுக்க அறையில் பழக் கூடையில் வைக்கப்பட்டிருந்த கத்தியை எடுத்து கண்களை இறுக்கி மூடி பற்களை இறக்கி கடித்து உடலை இறுக்கியபடி தனது உடல், ஆவி, பொருள் அனைத்தையும் தருஷுக்கு சமர்ப்பிப்பதாக எண்ணி கைகளை வெட்டுவதற்காக கத்தியை கொண்டு சென்றாள் கவிதா.

8. விதைத்தவன் இருக்க அறுப்பதாரோ?

"டேய் தருஷ்... என்னடா கொஞ்ச நாளா ஒரு மாதிரியே இருக்கிறாய். ஏதும் பிரச்சினையா.. இப்ப ஒரு மூண்டு கிழமையா பாக்கிறன். என்னடா உடம்புக்கு ஏதும் ஏலாதா?.." ஜனுஷ் கவலையாக இருந்த நண்பனிடம் கேட்டான்.

"அது ஒண்டும் இல்லடா. உடம்புக்கு ஒண்டும் இல்லையே. அது நல்லா தானே இருக்கு."

"அப்ப ஏன் ஒரு டல்லாவே இருக்கிறாய். உன்கிட்ட பழைய உச்சாகம், துடிப்பு எதுவும் இல்லை. சில நேரங்கள்ல எதையோ பறி குடுத்தவன் மாதிரியே இருக்கிறாய். என்னடா பிரச்சினை ஏதும் வயசு கோளாறோ. லவ் ஏதும் பண்றியா எனக்கு தெரியாம."

"டேய் நானே கடுப்புல இருக்கன். சும்மா இருடா."

"இல்லை மச்சான் என்னமோ இருக்கு. மறைக்காத என்னட்ட."

"இல்லடா. அந்த கவி அ ஞாபகம் இருக்கா. அவள் இப்ப எல்லாம் என் கூட கதைக்கிறாளே இல்லை. நான் இப்ப ஒரு மூண்டு கிழமைக்கு முதல் போட்ட மெசேஜ் க்கு இன்னும் றிப்ளையே இல்லடா.

முதல் ஏதோ பிசி ஆக்கும் எண்டு நினைச்சன்டா. ஆனா மூண்டு கிழமை ஆச்சுடா. இப்பெல்லாம் அவள் போடுற ஆட்ஸ் உம் குறைஞ்சுட்டுதுடா. அவளுக்கு ஏதும் புறோப்ளமோ தெரியலடா. அதான்டா என்னால இயல்பா இருக்க முடியலடா. என்னவோ அவளோட கதைக்கனும் போல இருக்குடா."

"அட அதுவா சங்கதி. என்ன நீயும் கவிய லவ் பண்றியோ?"

"தெரியல மச்சான். இது லவ் ஆ எனக்கு தெரியல...... இஞ்ச பொறு நீயும் லவ் பண்றியா எண்டா நீ என்ன கேக்க வாறா? அப்போ நீ.... லவ்..."

"சொறிடா மச்சான் மறைச்சதுக்கு. அப்பிடி ஒரு நல்ல பொண்ணு மேல யாரா இருந்தாலும் லவ் வரும் தானே. நானும் மனுசர் தானேடா."

"அது என்னவோ உண்மை தான். உன்னை நான் அவளுக்கு ன்ரெடியூஸ் பண்ணி இருக்கிறன் எல்லோ. அப்ப அவளோட கதைக்கிறனியா?... அவளும்...." அதற்கு மேல் தருஷிற்கு கேட்க முடியவில்லை. தொண்டை அடைத்தது.

"ஆமான்டா. அவளும் லவ் ஆ அக்செப்ட் பண்ணிட்டாள் மச்சான். உனக்கு சொல்லனும் சொல்லனும் எண்டு நினைச்சன் பட் எப்பிடி சொல்ற எண்டு தெரியல மச்சான்."

"அட அப்பிடியா. அது தான் அவள் என்னை அவொயிட் பண்ணினவளா? அட இத என்கிட்ட சொல்றதுக்கு என்ன மச்சான். அது தான் நான் உனக்கு ஆரம்பத்திலயே சொன்னனே. எனக்கு அவள பிடிக்கும் ஆனா லவ் இல்லை எண்டு. பை த வே கங்கிராஸ் டா மச்சான்."

என்ற தருஷின் தொனியே அவனது இதயம் வேதனைப்படுவதை எடுத்துக் காட்டியது.

"அதுக்கில்லடா மச்சி சொறிடா."

"சரி ஓகேடா வீட்ட கொஞ்சம் வேலை இருக்கு நாளைக்கு பாப்பம்டா. நான் கிளம்புறன்." அதற்கு மேல் தருஷுக்கு

அங்கிருக்கப் பிடிக்கவில்லை. அவனது மனம் தனிமையை நாடியது.

"டேய் மச்சி கொஞ்சம் இருந்திட்டு போடா உன்கிட்ட இன்னுமொரு விசியம் சொல்லனும்."

"எதுவும் இம்போட்டன் மேட்டர் எண்டா சொல்லு. இல்லைனா நாளைக்கு கேக்கிறன்டா."

"இல்லடா இது ரொம்ப இம்போட்டன்டா."

"சரி சொல்லு"

"நீ குழம்பக் கூடாது ஓகே"

"டேய் வதைக்காம சொல்லி தொலைடா. நா குழம்ப வேண்டியதுக்கே குழம்பல. இதுக்கா குழம்ப போறன்."

"இல்லடா.... அது.... அண்டைக்கு உன்ட நம்பர் எண்டு சொல்லி என்ட நம்பர கவிக்கு குடுத்தனான் எல்லோ......" ஜனுஷ் கூறி முடிக்கும் முன்னரே தருஷ் இடையில் குறுக்கிட்டான்.

"அட அத நீ அவள்ட சொல்லிட்டியா. அது தான் அவள் என் கூட கதைக்கலையா. நானும் அவளுக்கு ஏதோ எண்டு பயந்திட்டன். சரி விடுடா மச்சி இதில என்ன இருக்கு."

தருஷின் மனம் சற்று இலேசாகியது. கவிக்கு எதுவும் இல்லை. இதனால் தான் அவள் கதைக்கவில்லை என்பதை ஊகித்ததால் அவன் சற்று சாந்தமானான்.

"அதில்லடா மச்சி."

"அப்ப என்னடா? இன்னும் சொல்லலையா அதை அவளுக்கு நீ?"

"இல்ல இன்னும் சொல்லேல."

"சரி விடு. நானே சொன்னான் தானே அத அப்பிடியே விடு எண்டு. பேந்து ஏன் இப்ப நீ பம்முறாய்."

"அதில்லடா. நீ அப்பிடியே விட சொல்லிட்டாய். ஆனா விட மனசு கேக்கல. அவள் என்னமோ உன்ன தான் லவ் பண்றாளோ எண்டு தோணிச்சு. ஓல்ரெடி நீ அவள இம்ரெஸ் பண்ணிட்டா. ஜனுஷ் னா அவள் புரோ எண்டு சொல்லிடுவாளோ எண்டு பயம். சோ நானா போய் கதைச்சா கதைப்பாளோ எண்டதே கேள்விக்குறி. அதான்டா....."

"என்ன இழுக்கிறாய். இப்ப தானே சொன்னாய் அவள் லவ் அ அக்செப்ட் பண்ணிட்டாள் எண்டு"

"ஓமடா அவள் அக்செப்ட் பண்ணினது உண்மை தான். ஆனா அவளப் பொறுத்த வரைக்கும் அது நீ தான்டா. ஆரம்பத்தில கொஞ்ச காலம் போக அவளுக்கு சொல்லி புரிய வைக்கலாம் எண்டு நினைச்சன்டா. பட் இப்ப பயமா இருக்குடா அவள் என்னை விட்டு போய்டுவாளோ எண்டு."

"என்னடா ஏதோ வெறி காரைப் போல உளறுறாய். எனக்கு ஒண்டும் விளங்கல. அவளப் பொறுத்தவரைக்கும் என்ன நான்?..."

"இல்லடா வட்ஸ் அப்ல தான்டா அவளோட கதைக்கிறனான். அவளப் பொறுத்த வரைக்கும் அது உன்னோட நம்பர். அவள் இப்ப வரைக்கும் என்னை நீ எண்டு தான் நினைச்சுக் கொண்டிருக்கிறாள்."

"டேய் என்னடா சொல்றா. டேய் நாயே. உனக்கு லவ் வந்தா நீ போய் சொல்லன். ஏன்டா இப்பிடி பண்றாய். என்னையும் ஏமாத்தி.... ஏன்டா ஒரு பொண்ண இப்பிடி ஏமாத்துறாய். அவள் உனக்கு என்னடா பண்ணினவள்.

இப்பிடியே எத்தின நாளைக்கு மறைக்கலாம் எண்டு நினைக்கிறாய். அவளுக்கு தெரிய வந்தா அவள்ட மனம் எவ்வளவு பாடுபடும். அவள்ட உயிருக்கு கூட ஆபத்து வரலாம்டா. ஏன் இப்பிடி அற்ப தனமா இருக்கிறாய். சீ என் பிரண்ட் எண்டு இனிமேல் சொல்லாத. சீ..."

"சொறிடா. புரியுதுடா. நான் வேணும் எண்டு பண்ணலடா. உனக்கே தெரியும் நான் சாருவ எவ்வளவு உயிருக்கு உயிரா காதலிச்சனான் எண்டு..."

"டேய் இப்ப ஏன் பழச எல்லாம் இழுக்கிறாய். சாருக்கும் இவளுக்கும் என்ன சம்பந்தம். என்ன சீன் கிரியேட் பண்றியோ?
"

"டேய் சொல்ல வாறத கொஞ்சம் பொறமையா கேளு"

"இதுக்கு மேல நீ என்னடா செய்ய இருக்கு. இவ்வளவு கீழ்தரமா பிகேவ் பண்ணிட்டு நான் உனக்கு பொறுமையா இருக்கோனுமோ? வார கோபத்துக்கு இன்னும் உன்ன அடிக்கேல எண்டு சந்தோஷப்படு."

"பிளீஸ் டா கொஞ்சம் சொல்ல வாறத முழுசா கேளுடா."

"கேட்டுக் கொண்டு தானே இருக்கிறன். சொல்லித் தொலை. இன்னும் என்ன என்ன எல்லாம் சொல்லி என்னை கொல்லப் போறியோ?"

"டேய் சொறிடா மச்சான். நான் உண்மையா லவ் பண்ண போது அந்த சாரு என்னை எப்பிடி நம்ப வைச்சு ஏமாத்திட்டு போனாள் எண்டு உனக்கு தெரியும். அதுக்கு அப்றம் பொண்ணுங்க எண்டாலே அப்பிடி தான் எண்டு நினைச்சன்டா.

இவளும் அப்பிடி தான் இருப்பாள் எண்டுட்டு ஆரம்பத்தில கதை விட்டுப் பாத்தன்டா. ஆனா அந்த புள்ள ரொம்ப ரொம்ப நல்ல புள்ளை எண்டது தெரிய வர அப்பிடியே நானும் லவ் பண்ண ஆரம்பிச்சிட்டன்டா. இப்போ எனக்கு என்ன செய்றது எண்டே தெரியலடா."

"நீ என்ன லூசா ஒராள் அப்பிடி இருந்தா எல்லாரும் அப்பிடி தான் இருப்பாங்களா? நீ யோக்கியன் எண்டா உன்ட பேரை சொல்லி கதைக்க வேண்டியது தானே. அதுக்கு ஏன் என்ட பேரை யூஸ் பண்ணினி."

"சொறிடா மச்சான். நான் யோசிக்காம ஒரு வயசு கோளாறுல அப்பிடி பண்ணிட்டன்டா."

இதுக்கு தருஷூக்கு என்ன பதில் சொல்வது எண்டே புரியவில்லை. ஜனுஷ் மேல் கோபம் கோபமாக வந்தது. கவியை நினைக்க பெரும் வேதனையாக இருந்தது. இதை கேள்விப்பட்டாள் அவள் என்ன நினைப்பாள். என்ன செய்வாள் எண்டு நினைக்கும் போதே தலையைச் சுற்றி இருட்டிக் கொண்டு வந்தது.

"டேய் நாயே. சாருக்கும் உனக்கும் என்னடா வித்தியாசம். உன் பெர்சனல் அ வைச்சு ஒருத்திட லைவ் ஓட விளையாடுறியே. சீ... கூட இருந்து என் இமேஜை ஏ காலி பண்ணிட்டியே. இனிமேல் என்ட மூஞ்சிலயே முழிக்காத. எங்கையாசும் போய் தொலை. சீ....."

என்று ஏசிய தருஷ் கட கட வென்று தனது பைக் எடுத்துக் கொண்டு வீட்டிற்கு வந்து சேர்ந்தான்.

எப்போதோ நடந்த ஒன்றை வைத்து காரணமே இல்லாமல் நட்பிற்கும் காதலுக்கும் துரோகம் செய்துவிட்டோமே என்று ஐனுஷ் கூனிக் குறுகி நின்றான்.

9. யாருக்கு யார் சொந்தம்?

இரண்டு, மூன்று நாட்களாக வழமையாக சந்திக்கும் இடத்தில் தருஷாக்காக ஜனுஷ் காத்திருந்தான். ஆனால், தருஷோ அங்கு வரவில்லை. தருஷ் அங்கு மட்டுமல்ல, வீட்டைத் தாண்டி எங்கும் செல்லவில்லை.

ஒருபுறம் கவி உடன் இனி கதைக்கவே முடியாது என்ற வேதனை இன்னொரு புறம் கவி இப்படி ஏமாந்து கொண்டிருக்கிறாளே என்ற வேதனை. இது அவனை சில நாட்களாக மிகவும் பாதித்து இருந்தது.

'நான் கவியோட கதைக்கேலாம போனா பரவாயில்ல. ஆனா கவிய இதுக்குள்ள இருந்து காப்பாத்தியே ஆகனும். அதுக்கு ஏதாவது செய்யனும்...' என்று சிந்தித்துக் கொண்டே இருந்தது தருஷின் மனம்.

தருஷும் ஜனுஷும் மட்டுமல்ல, சில நாட்களாக கவியும் கலங்கிப் போய் தான் இருந்தாள். ஏனெனில் அவள் உயிராக நேசிக்கும் அவள் காதலன் சில நாட்களாக வேண்டா வெறுப்பாக கதைப்பதைப் போல கதைத்துக் கொண்டிருந்தான்.

அவனுக்கு ஏதோ பிரச்சினை போல சொல்ல தயங்குகிறான். நாளாக சரியாகி விடும் என்ற நம்பிக்கையில் அவள் அதைப்பற்றி எதுவும் அவனிடம் கேட்காமல் இருந்தாள். ஆனால் அவள் இதயத்தால் மட்டும் வேதனைப்படாமல் இருக்க முடியவில்லை.

சில நாட்களாக யோசித்துக் கொண்டிருந்த தருஷ் ஒரு முடிவுக்கு வந்தவனாக ஜனுஷ்க்கு அழைப்பெடுத்து உடனே சந்திக்குமாறு கூறினான்.

"என்னடா அவசரமா வர சொன்னாய்." வந்ததும் வராததுமாய் விழுந்தடிச்சு கேட்டான் ஜனுஷ்.

"முதல் இதுல வந்து இரு. எங்க உன்ட போனை தா."

"இந்தாடா. சொறி மச்சான்."

தருஷ் தொலைபேசியை வாங்கி அவன் கவியோடு என்ன என்ன கதைத்து இருக்கிறான் என்று முழுவதையும் வாசித்தான்.

"டேய் ஜனுஷ் நீ செய்றது என்ன எண்டு விளங்குதோ?... இதுட விளைவு ஒரு புள்ளட மொத்த வாழ்க்கையையும் சிதைக்கப் போகுது எண்டது விளங்குதோ?.."

"ஓமடா மச்சான். இப்ப தான் புரியுது ரொம்ப பெரிய தப்பு பண்ணிட்டன்டா. இப்ப என்ன செய்றது எண்டு தெரியலடா. பேசாம அவள்ட எல்லா உண்மையையும் சொல்லி மன்னிப்பு கேக்கட்டாடா?."

"டேய் அவசரப்படாதடா இது அவள்ட வாழ்க்கைப் பிரச்சினை. உண்மைய சொன்னா அவள் எப்பிடி நியாக்ட் பண்ணுவாள் என்ன செய்வாள் எண்டது கூட நமக்குத் தெரியாது. அவள் ஏதும் ஏடா கூடமா பண்ணிட்டாள் எண்டா.

மெசேஜ் அ பாக்க தெரிதா அவள் எவ்வளவு சொவ்ட் எண்டதும் வஞ்சகம் சூது வாது தெரியாதவள் எண்டதும். நீ உண்மைய சொன்னா சூசைட் கூட பண்ண சான்ஸ் இருக்குடா. இது ரொம்ப கவனமா ஹாண்டில் பண்ணனும் டா."

"ஆமான்டா நான் எவ்வளவோ தரம் அவளோட தப்பா கதை தொடக்க ரை பண்ணி இருக்கிறன்டா பட் அவள் அதை எல்லாம்

அவொயிட் பண்ணி ரொம்ப பண்பா தான் கதைச்சவள்டா.
இப்ப என்னடா பண்றது."

"சீ... அப்பிடி ஒரு புள்ளையோட விளையாடிட்டு இருக்கிறாய்.
சரி இப்ப அவள்ட இருந்து மெதுவா நீ நழுவுறது தான்
அவளுக்கு நல்லது.
இத நான் உனக்காக எனக்காக சொல்லல. அவளுக்காக
சொல்றன். அவளப் பொறுத்தவரைக்கும் நான் தான் லவ்
பண்றன். சோ நானா ஏதாவது சொல்லி லவ் சரி வராது அப்பிடி
எதும் சொல்லி அவளுக்கு லவ் இல்லை எண்டு புரிய வைப்பம்
டா."

"ஓமடா நீ சொல்றது புரியுது. பட் நான் இப்ப தெளிவா இல்லடா.
நீ தான் தெளிவா இருக்கிறாய். போனை தாரன் நீயே
பொறுமையா அவளுக்கு புரிய வைடா."

"சரி தாடா. இப்ப எனக்கு ஒரே எண்ணம். அவள் குழம்பவும்
கூடாது. அவள்ட லைவ் ஓ அவள்ட ஆற்றலோ குழம்பிடக்
கூடாது." என்ற தருஷ் ஜனுஷின் தொலைபேசியை வாங்கி
கவிக்கு மெசேஜ் அனுப்பினான்.

தருஷ் அனுப்பினது தான் தாமதம் உடனே பதில் வந்தது. அதைப்
பார்த்ததும் அதிர்ந்து போனான்.

"டேய் ஜனுஷ் என்னடா நான் மெசேஜ் போட்ட உடன றிப்ளை
வருது."

"அவள் அப்பிடி தான்டா எங்க நிண்டாலும் என் மெசேஜ் என்டா
ஐ மீன் உன் மெசேஜ் என்டா உடன றிப்ளை பண்ணிடுவாள்டா"

இதைக் கேட்க தருஷ் க்கு புல்லரித்தது. அவளுக்கு தன் மேல்
இருந்த காதலை எண்ண தொண்டையை அடைத்துக் கொண்டு
வந்தது.

"சரிடா நான் அவளோட மெதுவா எனக்கு அவள்ல லவ் இல்ல எண்ட மாதிரி கதைச்சு பாக்கிறன். பட் அவள் குழம்ப நிறைய சான்ஸ் இருக்கு. எனி ரைம் அவள் எப்பிடியும் நியாக்ட் பண்ணலாம். சோ நான் இல்லாத ரைம் அவள்ட இருந்து ஏதும் மெசேஜ் வந்தா எனக்கு உடன சொல்லு. மச்சான் இதுக்கு மேலயும் அவள்ட லவ் ஓட விளையாடிடாத"

"இல்லடா மச்சான். உடன சொல்றன். அவள் நல்லா இருக்கனும்டா. அவள் நிறைய சாதிக்கணும்."

******

"ஹாய்"

"ஹாய்"

"உன்கிட்ட நான் ஒரு விசியம் சொல்லனும்."

"அதுக்கு முதல் நான் உங்க கிட்ட ஒண்டு கேக்கணும்."

"என்ன கவி கேளு. ஏதும் புறொப்ளமா?"

"அதில்ல தருஷ். நீங்க கொஞ்ச நாளாவே என்னை ரொம்ப அவொயிட் பண்றீங்க. உங்களுக்கு ஏதும் புறொப்ளமா? எதுவா இருந்தாலும் சொல்லலாம் தானே. நான் உங்க பொண்டாட்டி தானே. என்கிட்ட ஏன் மறைக்கிறீங்க? இல்லை என்னை அப்பிடி நீங்க பாக்கலயா?

என்ன மத்தவங்க மாதிரி நீங்களும் என்னை கலட்டி விட்டுட்டு போகலாம் எண்டு பாக்கிறீங்களோ? யார் என்ன சொன்னாலும் நீ தான் என் பொண்டாட்டி எண்டு சொன்னீங்களே எல்லாம் சும்மா பேச்சுக்கு தானா? நான் தான் எல்லாத்தையும் நம்பிட்டு இருக்கிறனா?"

சில நாட்களாக வேதனையில் இருந்தவள் தன் மனதில் இருந்த அனைத்தையும் கொட்டித் தீர்த்தாள். அவள் வார்த்தைகளைக் கொட்டித் தீர்த்துக் கொண்டிருக்க அவளது கண்கள் இரு அருவிகளைக் கொட்டி தொலைபேசியை நனைத்துக் கொண்டிருந்தது.

இது காதல் இல்லை என்று கூற வந்த தருஷ் அவள் கூறியவற்றைப் பார்த்ததும் அவன் மனதுக்குள் மேலும் ஊசியால் குற்றுவது போல இருந்தது. இதற்கு சமாதானம் செய்து காதலை வளர்ப்பதா? இல்லை இதைப் பயன்படுத்தி இது காதல் இல்லை என்று கூறி அவளை வேதனைப்படுத்துவதா? எதுவும் புரியாமல் சில நேரம் குழம்பிப் போய் இருந்தான் தருஷ்.
'இது தான் சந்தர்ப்பம் இதை நழுவ விட்டுடாத' என்று அவனது மூளை கூறிக் கொண்டிருந்தது.

"அதில்ல கவி கொஞ்சம் வேலை கூட. பிஸி அது தான்."

"ஆ சரி சொறி தருஷ். நீங்க கதைக்காம அவொயிட் பண்ற மாதிரியே கதைச்சிங்க. அதான் கொஞ்சம் கோபப்பட்டுட்டன்."

"அது இல்லடி. உன்கிட்ட ஒரு விசியம் சொல்ல தான் வந்ததன். பார் நீ இப்படி குழம்பி வேதனைப்பட்டு உன் ரைம் ஐயும் வேஸ்ட் பண்ணிட்டு இருக்கிறாய். முந்தி எல்லாம் எவ்வளவு ஆட்ஸ் எல்லாம் அப்லோட் பண்ணுறனீ. இப்ப எல்லாம் குறைஞ்சிட்டு. உன்னை நீயே வதைச்சிட்டு இருக்கிற மாதிரி இருக்குடி.
இப்ப இது வேணாம். நாங்க பழைய மாதிரி பிரண்ஸ் ஆவே இருப்பம். நீ இப்ப உன் ஸ்ரடிஸ் அ பார். உன் ஆட்ஸ் ல கொன்சென்ரேட் பண்ணு. நான் உன்னை நேர சந்திக்கும் போது நான் உனக்கு முகத்துக்கு நேர புறபோஸ் பண்றன். இப்ப வேணாம்டி. "

"என்ன தருஷ். நீங்க கதைக்கல எண்ட வேதனைல கொஞ்சம் கோபமா கதைச்சிட்டன். அதுக்காக நீங்க இத லவ் இல்ல எண்டு சொல்லுவிங்களா. உங்களுக்கு என்னை பத்தி நல்லா தெரியும். ஏன் இப்பிடி சொல்றிங்க. ஏன் நான்...... "

"அப்பிடி இல்லடி கவி. நீ ரொம்ப குழம்புறா கவி. அதான் வேண்டாம் எண்டுறன். நான் உன் பிரண்டா எப்பவும் கூட இருப்பன். நீ நல்லா படி. அதுல கொன்சன்ரேட் பண்ணு கவி."

"இஞ்ச பார் இவர் பெரிய தியாகி. நான் குழம்புறனாம். அதுக்காக லவ் ஏ வேண்டாம் எண்டுறாராம். உனக்கு முதலே சொல்லி இருக்கிறன். ஒரு பொண்ணு மனசுல ஒருத்தர நினைச்சிட்டா எண்டா நினைச்சது தான்.

நீ கனவுலயும் நினைக்காத என்னை விட்டு போகலாம் எண்டோ நான் உன்னை விட்டு போவன் எண்டோ! எப்பவும் நான் உன் பொண்டாட்டி தான்டா. நீ தான் என் புருஷன். நீ என்ன லவ் இல்லை எண்டுறது. இப்போ நான் உனக்கு புறபோஸ் பண்றன்.

ஐ லவ் யூ மை டியர். என்னை உங்க லைவ் ஆ ஏத்துபிங்களா?..."

இதைப் பார்த்ததும் தருஷ் அப்படியே குலைந்து போனான். இதற்கு என்ன சொல்வது என்றும் புரியவில்லை. அவளிடம் இது காதல் இல்லை என்றும் புரிய வைக்க முடியவில்லை. அந்தளவுக்கு கவியின் காதல் ஆழமானதாக இருந்தது.

அவளது மனம் வெள்ளையாக இருந்தது. அவளிடம் உண்மையையும் மறைக்க முடியவில்லை. மறைக்காமல் இப்படியே வளர்க்கவும் முடியவில்லை. இனியும இது காதல் இல்லை என்றால் அவள் ஏதும் செய்துவிடுவாளோ என்று பயந்தான் தருஷ்.

"ஐ ரு லவ் யூ கவி.
சரி இனி நீ குழம்பாம ஒழுங்கா படி. உன் ரலண்ட்ஸ் டெவெலப்
பண்ணு. உன் லைப்பையும் ஒழுங்கா பார். ஓகே."

"நீங்க கூட இருக்கும் போது எனக்கு என்ன கவலை.
அதெல்லாம் பாத்துக்கலாம். நீங்க கவலைப்படாதீங்க. நீங்களும்
நல்லா படியுங்க. உங்கள உங்க பளமிலிய பாத்துக்கோங்க."

"ஓகே கண்டிப்பா. சரி கவி எனக்கு கொஞ்சம் வேலை இருக்கு.
பேந்து கதைக்கிறது."

"ஓகே டியர் டேக் கியர்."

" டேக் கியர்"

அவளிடம் உண்மையைக் கூறுவதும் இது காதல் இல்லை
என்பதைப் புரிய வைப்பதும் மிக மிகக் கடினம் என்பதைப்
புரிந்து கொண்டான் தருஷ். கடினம் என்பதற்காக அவளை
ஏமாற்றவும் அவனுக்கு மனம் வரவில்லை.

ஒரு புறம் அவள் தன்மேல் கொண்ட காதலை எண்ணி
அவனுக்கு புல்லரித்தது. இன்னொரு புறம் அவளது காதலுக்கு
தான் ஏற்றவன் இல்லை என்று நினைக்கும் போது வாழ்வே
சூன்ய மயமாகத் தோன்றியது தருஷுக்கு.

10. பாதை அழைக்கும் வழி பயணம்

நாட்கள் நகர்ந்தன. வாரம் ஒன்று கடந்தது. கவி அங்கே தருஷுக்கு என்னவாகி இருக்கும். இப்போது எல்லாம் வேண்டும் என்று விலத்துவது போல கதைக்கிறானே என்ற கவலையில்.... இங்கே தருஷ் அவளுக்கு எப்படி புரிய வைப்பது, வந்த காதலை தொலைத்து நிற்கும் கவலையில்..... நடுவில் ஜனுஷ் இருவரிடையில் தேவையில்லாமல் குழப்பம் பண்ணிவிட்டோம் என்ற கவலையில்.....

இதற்கு மேலும் தாமதிப்பது தருஷுக்கு சரியாகப் படவில்லை. அவளிடம் இந்தக் காதல் வேண்டாம் என்று கூறிவிடுவது என்று முடிவு செய்தான்.

"கவி உன் கூட நான் ஒரு விசியம் கதைக்கனும் நீ எப்ப பிறீ"

"என்ன சொல்லுங்க. உங்க கூட கதைக்கிறது எண்டா நான் எப்பவும் பிறீ தான்."

"அது வந்து கவி. நீ என்ன நினைக்கிறியோ தெரியல. பட் யதார்த்தத்த சொல்றன். இது சரி வராதுடி"

"என்ன சொல்றிங்க என்ன சரி வராது."

"இல்ல இந்த காதல் தான்...."

இதைப் பார்த்ததும் கவிக்கு தலையைச் சுற்றிக் கொண்டு வந்தது. நேரில் நின்றிருந்தால் தருஷின் காதைப் பொத்தி அடித்திருப்பாள். அப்படி ஒரு கோபம் வந்தது. கவியிடம்

'அவன் உன்னை விட்டுச் செல்ல பிளான் பண்றான் அதான் அவொயிட் பண்றான்'

என்று கூறிய அவளது உள் மனம் தன்னை முதல் மதிக்காமல் திட்டியதை எண்ணி ஏளனமாகச் சிரித்தது. கண்களிலிருந்து அருவிகள் பெருக்கெடுக்கத் தொடங்கின. பதில் ஏதும் கூற முடியாமல் மௌனமாகவே இருந்தாள்.

"கவி இஞ்ச பார்.... ஒரு வேளை உன்ன எங்க வீட்டில யாருக்கும் பிடிக்காம போனா என்னால அதை தாங்கிக்க முடியாது. ஒரு வேளை உன்னை பிடிக்காம ஓகே சொன்னாலும் அதை தாங்கிக்க முடியாதுடி. பிளீஸ் புரிஞ்சுகோ கவி. நீ என்னை தப்பா நினைச்சாலும் பரவாயில்ல கவி. லவ் வேண்டாம் கவி. நாம பிரண்ஸாவே இருப்பம்."

இதற்கும் என்ன பதில் சொல்வது என்று அவளுக்குத் தெரியவில்லை.

'இவ்வளவு ஈஸியா பிரண்ஸ் எண்டுறானே. எப்பிடி இவனால சொல்ல முடியுது. அவன்ட வீட்ல பிடிக்காம போகும் எண்டா என்கிட்ட என்ன தப்பு இருக்கு. லவ் எண்டு சொன்னா யாருக்கு தான் பயம் வராது.
எங்க நம்ம பிள்ள தப்பான வழில போய்டுவாங்களோ எண்டு யாரா இருந்தாலும் பயப்பிடுவாங்க தானே. அவங்களுக்கு என்னை யார் எண்டே தெரியாம எப்பிடி பிடிக்காம போகும். அவங்களுக்கு தான் பிடிக்கலயா? இல்ல தருஷ்க்கு தானா?..... அண்டைக்கு கோபப்பட்டத மனசுல வைச்சு கதைக்கிறானா? என்கிட்ட அப்பிடி என்ன தப்பு இருக்கு?.....' இவ்வாறு கவியின் மனம் குழம்பியது.

"ஏன் உங்க வீட்ல இருக்கிறவங்களுக்கு என்னை பிடிக்காது. என்கிட்ட என்ன தப்பு இருக்கு? அப்போ ஆரம்பத்தில நான் யார காட்டினாலும் அம்மா ஓம் எண்டு சொல்லுவா எண்டது?...."

"இஞ்ச பார் கவி அது ஒரு வயசு கோளாறுல லவ் பண்ணிட்டன். இவ்வளவு நாளும் கரெக்டா இருந்திட்டு இப்போ கொஞ்ச நாள்ல லவ் எல்லாம் பண்ணிட்டு அம்மா முன்னால போய் நிக்க விரும்பல. என் இடத்தில வந்து இருந்து பாத்தா தான் புரியும். இது வேண்டாம் கவி. பிரண்டா உன் கூட எப்பவும் இருப்பன்."

'சீ வாய் கூசாம திருப்பி திருப்பி பிரண்ட் எண்டுறானே' வேதனையில் இதயம் நொருங்க ஆரம்பித்தது.

'காதலிக்கிறேன் என்று வந்து சொன்னவன் அவன். காதலிக்க ஆரம்பிச்சு ஒரு மாதம் கூட ஆகல அதுக்குள்ள இப்பிடி சொல்றானே. ஒரு வேளை நான் தான் தப்பானவளோ. பேஸ் புக் னா எல்லாரும் தப்பான ஆக்கள் எண்டு தான் இவனும் பாக்கிறானோ?

கடவுளே கடைசில இப்பிடி கேக்க வைச்சிட்டியே. ஒருத்தனுக்கு ஒருத்தி எண்டு நினைக்கிற என்கிட்டயா உன் திருவிளையாடலை காட்டுவாய். மனசார அவனை புருஷனா ஏத்துக்கிட்டன் எண்டு உன்கிட்ட வந்து சொன்ன போது கேட்டுக் கொண்டு தானே இருந்தா. என் மனசோட விளையாடுறா?.....'

குழம்பி இருந்த கவிதாவின் மனம் மேலும் மேலும் குழம்பிக் கொண்டிருந்தது.

இரண்டு நாட்களாகத் தூக்கம் இல்லை. வாழ்வின் இறுதிப் புள்ளிக்கு வந்துவிட்ட ஏக்கம் அவளுக்குள். அவனிடம் போய் என்ன கதைப்பது எதைப் புரிய வைப்பது. எதுவும் புரியவில்லை. யாருக்கும் தெரியாமல் சத்தம் வராமல் தனியாக அழும் அந்த வேதனையை அனுபவித்துக் கொண்டிருந்தது கவியின் மனம்.

'கடவுளே நீ தான் துணை. செய்யாத தவறுக்கு எனக்கும் அவளுக்கும் தண்டனை கொடுத்துவிட்டேன். இவ்வளவும் போதும். இனியும் எங்களை வதைக்காதே. கவிக்கு துணையாக கூடவே இரு. அவள் மனதிற்கு பலமாக கூடவே இரு. அவளை இனிமையான வாழ்விற்குள் கூட்டிக் கொண்டு சென்றுவிடு. என்னை மறக்க வை. அவளை மகிழ்வாக இருக்க வை'

இவ்வாறு தருஷின் மனம் கணம் தவறாது கடவுளை வணங்கியபடியே இருந்தது.

எல்லாம் குழம்பி என்ன செய்வது என்று புரியாமல் இருக்கும் போது கவியின் கண்ணில் திகதி பட்டது. அப்போது தான் சில நாட்களில் காதலர் தினம் வரப் போவதை உணர்ந்தாள்.

'அட காதலர் தினத்திற்கு நாம அவனுக்கு என்ன சப்ரைஸ் குடுக்கலாம் எண்டு யோசிச்சிட்டு இருந்தா அவன் இப்பிடி வாறானோ. லவ்வர்ஸ் டே அண்டு புறொப்போஸ் பண்ணி சப்ரைஸ் குடுக்க பிளான் பண்றான் போல. பண்ணட்டும் பண்ணட்டும். அவன் கிட்ட நான் உண்மையான காதலை உணர்ந்தன். அவன் சும்மா தான் இப்ப விளையாடி இருக்கிறான்....'

இவ்வாறு உண்மை புரியாத கவியின் மனம் குழந்தைத்தனமாக காதலர் தினத்தை எதிர்பார்த்துக் கொண்டிருந்தது.

****

"டொக்.... டொக்...."

"......"

"டொக்.... டொக்... டொக்....."

"......"

"கவி..... மா கவிதா மா....."

"....."

"என்னம்மா ஆச்சு உனக்கு வரும் போதே. முகம் சரியா இல்லை. ஏதோ வேலை ஸ்ரெஸ் எண்டு நினைச்சன். தூங்கிட்டு இருப்பாய் எண்டு சாப்பிட கூப்பிடுவமா வேண்டாமா எண்டு வந்து பாத்தா கதவை பூட்டி வைச்சிருக்கிறாய். கவிமா.... நீ ரூம் கதவை பூட்டுறலயே ஏன்மா உனக்கு இண்டைக்கு என்ன ஆச்சு கதவை திறமா.... அம்மாக்கு பயமா.... இருக்கு.... கவிதா மா..... டக்...டக்.. பட்.... பட்....."

கவியின் கை நாடிக்கும் கத்திக்கும் இடையில் மயிரிழை தூரம் இருக்கும் போது அவளது தாய் கதவை தட்ட ஆரம்பித்து இருந்தாள்.
அந்த சத்தம் கேட்ட அதிர்ச்சியில் அவள் திடுக்கிட அவள் கையில் இருந்த கத்தி அவள் மறு கையில் கீறியது. அதன் பின் அவளுக்கு நடுக்கம் தொற்றிக் கொண்டது. அவளால் கையை ஆழமாக வெட்ட முடியவில்லை.

முதலில் தாய்க்கு பதில் சொல்லு என்று அவளது மூளை சொல்லிக் கொண்டிருந்தது. நிலைமையை முதலில் சமாளிப்பது தான் புத்திசாலித்தனம் எண்டு கவியின் மனம் முடிவெடுத்தது.

கையில் சின்ன ரத்த கசிவு தான். மறுகையில் இருந்த கத்தியை மெதுவாக கட்டிலின் கீழ் எறிந்தாள். சேலைத் தலைப்பால் மறு கையில் இருந்த ரத்தத்தை துடைத்தாள்.

அவளுக்கு கதைக்க குரல் வரவில்லை. போய் கதவைத் திறந்தாள். அங்கு தாய் துடித்துக் கொண்டிருந்தாள். அதைப் பார்த்தவுடன் தாயைக் கட்டிப் பிடித்து குமற வேண்டும் போல இருந்தது கவிக்கு. எங்கே அப்படி குமறினால் தாய்க்கும் விடயம்

தெரிந்து மனமுடைந்து போவாரோ என்று எண்ணி பேசாமல் நின்றாள்.

"என்னமா கவி என்ன ஆச்சு பிள்ளைக்கு. அம்மா கொஞ்ச நேரத்தில பதறிப் போய்டன்டா. வேக் கெவியா மா. முகம் எல்லாம் வெறிச்சு போய் கிடக்கு. இன்னும் சாறி கூட மாத்தல. காலமையும் சாப்பிடல. மத்தியானம் சாப்பிட்டியாமா..... பிள்ளைக்கு என்னம்மா பிரச்சனை. அம்மா ஸ்ரோங்கா ஒரு ரீ போட்டு தாறன். நீ பிரஸ் ஆகிட்டு வந்து குடிமா. சரி ஆகிடும். பிரஸ் ஆகிட்டு வா மா...."

பயந்து போய் இருந்த தாய் அவளுக்கு ஏதோ பிரச்சினை என்பதை உணர்ந்து அவளை தேற்ற துடித்துக் கொண்டிருந்தாள்.

ஆம் என்பது போல தலையை ஆட்டிவிட்டு கதவை சாத்திவிட்டு பாத்ரூம் உள்ளே போய் கண்ணாடியில் தன் முகத்தைப் பார்த்த வண்ணம் அவ்வளவு நேரமும் அடக்கி வைத்த அனைத்தையும் சேர்த்து குமறி அழுதாள் கவி.

'கடவுளே.... கொஞ்ச நேரத்துக்குள் என்ன காரியம் செய்யத் துணிந்தேன். எதையும் ஆராய்ந்து செய்ய முயலும் நான் எதைப் பற்றியும் யோசிக்காம சாக துணிஞ்சிட்டனே. எங்க அம்மா அப்பாக்கு ஒரே புள்ள எண்டத மறந்திட்டனே.
கதவு பூட்டி இருக்கு எண்டத பாத்த உடனேயே அம்மா இப்பிடி பயந்திட்டாவே. ஒரு வேளை... கடவுளே... நினைச்சு பாக்கவே முடியல.... தெய்வமே... கடசி கணத்தில காப்பாத்திட்டா. என்னை நம்பி இருக்கிறவங்கள யோசிக்காம போய்டனே. சீ...

நான் என்ன தப்பு பண்ணினன். நான் யாரையும் ஏமாத்தினனா. இல்லயே. நான் ஏன் சாகனும். ஏமாத்தின அவன் தானே அத பண்ணனும். ஆனா அவனுக்கு என்ன நோர்மல சிரிச்சிட்டு தானே நிண்டான்.

என் வாழ்க்கையோடயே விளையாட்டிட்டான். ஏன் அவன் இல்லைனா என்னால வாழ முடியாதா?... நான் வாழுவன் வாழ்ந்து காட்டுவன். அவன் ஏமாத்திட்டான் எண்டதுக்காக நான் என் பெண்மை நெறில இருந்து விலக முடியுமா? என் மனசுக்குள்ள ஒருத்தன வைச்சுகிட்டு இன்னொருத்தனை ஏமாத்த முடியுமா?... இல்லை.... இல்லவே இல்லை.....

நான் யாரையும் ஏமாத்த மாட்டன். நான் ஏமாந்தது என் தப்பு இல்லை. அதுக்காக இன்னொராால ஏமாத்தவும் முடியாது. எனக்கு ஒரு மனசு தான். அது இண்டையோட செத்து போச்சுது. இனி கவிதாக்கு இதயம் இல்லை.

இப்பிடியே வாழ்ந்து சாதிச்சுக் காட்டுவன். என்னை மாதிரி ஏமாந்து தப்பான முடிவு எடுக்க நினைக்கிறவங்களுக்கு உதாரணமா இருப்பன். என் அம்மா அப்பாக்கு பிடிச்சத செய்வன்.

முன்னேற துடிக்கிறவங்களுக்கு கைகொடுக்க நான் இருப்பன். என்னை இலவச கல்வி, இலவச சத்துணவு, இலவச புத்தகம் எண்டு இலவசமா கொடுத்து வளர்த்துவிட்ட நாட்டுக்கு இண்டைல இருந்து என் உடல் பொருள் ஆவியை அர்ப்பணிக்கிறன்.

நாட்டிற்காக நாட்டின் முன்னேற்றத்திற்காக, நம் மக்களின் இளைஞர், மாணவர் வளர்ச்சிக்காக என்னால் முடிந்தை இன்றிலிருந்து செய்து கொள்கிறேன். '

என கண்ணாடியில் தன் முகத்தைப் பார்த்தபடி தனக்குள் உறுதி ஒன்றை எடுத்துக் கொண்டாள்.

கண்ணாடியில் தெரிந்த அவள் முகத்தில் அவ்வளவு நம்பிக்கை அவ்வளவு திடம் அவ்வளவு ஒளி தெரிந்தது. தனக்கு சரியான

பாதையைக் காட்டிக் கொடுத்த கடவுளுக்கு நன்றியைக் கூறியபடி தனது பயணத்தை ஆரம்பிக்கத் தயாரானாள்.

11. காதலா! இது தான் காதலா?....

காதலர் தினமும் கடந்தது. தருஷின் பதிலில் எந்த மாற்றமும் இல்லை. அவன் சொன்னது உண்மை தான் என்பதை கவியின் மனம் உணர்ந்தது.

அவளுக்கு எது சரி? எது பிழை? எங்கே தவறு? யாரில் தவறு? எதுவும் புரியவில்லை. அவளால் தருஷை விட்டு ஒரு வாழ்வை நினைத்து பார்க்கவே முடியவில்லை.

மறுபக்கம் தருஷுக்கு கவி என்ன செய்கிறாள்? ஏதும் குழம்பி இருப்பாளா? என்று ஒரே பயம். தனது நண்பன் ஒருவனிடம் கூறி அவன் மூலமாக அவளது ஒரு நண்பியிடம் அவளை கொஞ்சம் கவனித்துக் கொள்ளுமாறு கூறி வைத்திருந்தாலும் தன்னில் ஒரு தவறும் இல்லாமல் இருந்தாலும் தருஷின் மனம் கவியை நினைக்கும் போதெல்லாம் அவன் இதயத்தின் அடியில் ஈயத்தை உருக்கி ஊற்றிய வலி இருக்கவே செய்தது.

"ஹாய் தருஷ் நான் உங்களோட கொஞ்சம் கதைக்கனும்"

"சொல்லு கவி"

"ஏன் உங்க வீட்ல என்னை பிடிக்காது எண்டு சொல்றிங்க. எதுவா இருந்தாலும் சொல்லுங்க. நான் எதுவும் செய்ய தயார். எப்பிடியும் மாற தயார். என்னைவிட்டு மட்டும் போய்டாதீங்க. நீங்க தான் என் லைவ் என்னால முடியல. பிளீஸ்"
இதற்கு கீழ் எப்படி இறங்கி கெஞ்சுவது என்று அவளுக்குத் தெரியவில்லை.

"கவி உனக்கு நான் சொல்றது புரியுதில்லை. நீ எதுவும் மாற தேவையில்லை. தயவு செய்து நீயும் புரிஞ்சுக்காம வதைக்காத. பிளீஸ்டி புரிஞ்சுக்கோ"

"சரி விடுங்க. உங்களுக்கு உங்க வீட்டு காரங்கள நினைச்சு தானே யோசிக்கிறீங்க. நீங்க என் கூட கதைக்கவே வேண்டாம். நான் படிச்சு முடிச்சு வேலை எடுத்ததும் உங்க வீட்டுகாரங்கள்ட பேசி சம்மதம் வாங்கித் தந்தா என்னை ஏத்துப்பிங்களா? ஓகே எண்டு மட்டும் சொல்லுங்க நான் சம்மதம் வாங்கித் தாறன்."

அவளது இந்த வெள்ளந்திதனமான பேச்சு தருஷை கொஞ்சம் கிறங்கடிக்கவே செய்தது. இருந்தும் அவன் கண் முன் அவள் எதிர்காலம் மட்டுமே தெரிந்தது.

"இப்ப இந்த கதைய விடு நீ"

"என்ன தருஷ் இப்பிடி வேண்டா வெறுப்பா பதில் சொல்றிங்க. உங்களுக்கு தான் என்னை பிடிக்கலயா. நான் என் பாட்டில தானே இருந்தன். நீங்க தானே நீங்கள வந்து லவ் பண்ண வைச்சிட்டு இப்பிடி படுத்துறீங்க.

ஆனா ஒண்டு. நீங்க லவ் பண்ணும் போது உங்க வார்த்தைல தெரிஞ்ச உண்மை இப்ப தெரியல. முந்தின உங்க கதைக்கும் இப்பத்தைய கதைக்கும் நிறைய வித்தியாசம். என்னமோ போங்க. பட் என் முடிவ நான் சொல்லிடுறன்.

எனக்கு மற்வங்கள பத்தி தெரியாது. பட் நான் இப்பிடி தான். மனசு ஒண்டு தான். அது ஒருத்தனுக்கு தான். நான் எப்பவோ முடிவு பண்ணிட்டன். என் லவ் நீங்க தான் எண்டு. உங்களுக்கு எப்ப என் மேல நம்பிக்கை வருதோ அப்ப வாங்க. அது வரைக்கும் உங்களுக்காக காத்திட்டு இருப்பன். நீங்க வாரதும் விடுறதும் உங்க இஷ்டம். அதுக்குள்ள நான் தலையிட மாட்டன். டேக் கியர் டியர். பாய்"

அதன் பின் சில நாட்கள் உரையாடல் இல்லை. இனி அவளோடு கதைக்க வேண்டாம் என்று ஜனுஷ் க்கும் சொல்லி அவளது தொலைபேசி எண்ணையும் முடக்க சொல்லி ஜனுஷம் எண்ணை முடக்கிவிட்டிருந்தான்.

காலம் தான் யாருக்காகவும் காத்திருப்பதில்லையே. காலம் அசுர வேகத்தில் நகர கிட்டத்தட்ட தருஷின் மனம் கவிதா எனும் பெயரையே மறந்திருந்த நிலையில் அவனுக்கு திருமணமும் நிச்சயமாகி இருந்தது.

ஒரு வாரத்தில் திருமணம் என்று இருக்கும் போது அவன் நண்பர்களுக்கு எல்லாம் அழைப்பிதழ் வழங்கிக் கொண்டிருந்த நேரத்தில் ஜனுஷ் இப்போது கவிதா அனைத்தையும் மறந்து இருப்பாள், ஒரு ஓவியையின் பழக்கம் கிடைப்பது எவ்வளவு பெரிய விசியம். இதை சாட்டாக வைத்து அவளோடு கதைப்போம் என்று தான் அழைப்பெடுத்து நேரில் சந்திக்குமாறு அழைத்து இருந்தான்.

ஆனால், அங்கு நிகழ்ந்தவை யாரும் சற்றும் எதிர்பார்த்திராதவை. அப்படி நிகழ்ந்ததற்கு முழுக் காரணமும் ஜனுஷ் தான். அன்று தருஷம், கவிதாவும் ஹோட்டலில் இருக்கும் போது வேறொருவருக்கு அழைப்பெடுப்பதாக எண்ணி மாறி கவிதாக்கு அழைப்பெடுத்ததும் ஜனுஷே.

****

கவிதாவை சந்தித்துவிட்டு வந்ததில் இருந்து தருஷ் சரியாகவே இல்லை. ஒரே குழப்பமாகவே இருந்தான்.

'நானும் அவளைத் தான் காதலிக்கிறேனா' என்ற கேள்விக்கு அவனால் உறுதியாக ஒரு பதில் எடுக்கவே முடியவில்லை.

"என்னடா தருஷ். இன்னும் மூண்டு நாள்ல கலியாணத்தை வைச்சிட்டு இப்பிடி மூஞ்சிய தொங்க போட்டுக் கொண்டு திரியுறா. பொம்பிள வீட்டுக் காரங்க எல்லாம் மாப்பிள்ளைக்கு என்ன பிரச்சனை எண்டு ஒரு மாதிரி கேக்கிறாங்க." தருஷை தனியாக அழைத்துக் கொண்டு சென்ற தாஸ் கேட்டான்.

"ஓமடா நாங்களும் வேலைக் களை வேலைக் களை எண்டு சொல்லிச் சொல்லி எவ்வளவு தரம் தான் சமாளிக்கிறது. கொஞ்சமாவது சிரியன்டா" அவர்களை நோக்கி வந்த ஐனுஷ் கூறினான்.

"டேய் மனுசனாடா இவன். இவன கதைக்க வேண்டாம் எண்டு சொல்லடா. இவ்வளவும் பண்ணிட்டு அண்டைக்கு அப்பிடி அழுதிட்டு போன புள்ளைக்கு என்ன நடந்தது எண்டு கூட தெரியல அத பத்தி ஒண்டும் கவல இல்லை. சிரிக்கட்டாம் என்றான் பார். துரோகி." என்றான் தருஷ்.

"டேய் நீ இன்னும் அதுக்குள்ளால வெளில வரலையா? என்னடா நீ. டேய் நீயும் லவ் பண்றியா அவள. சொல்லு. நீ லவ் பண்றா என்டா சொல்லு நாங்க உங்கள சேர்த்து வைக்கிறம். எல்லாத்தையும் நாங்க பாத்துக்கிறம். நீ நேர போய் உன் லவ் ஆ சொல்லுடா" என்றான் ஐனுஷ்.

"போடா டேய் வெளுக்க போறன் உன்னை இப்ப. தள்ளி நில்லு. எல்லாம் முடிஞ்சா பிறகு உபதேசம் பண்ண வந்திட்டார்." கோபத்தில் கத்தினான் தருஷ்.

"இல்ல தருஷ் அவன் சொல்றதிலயும் ஞாயம் இருக்குடா. நீ மற்றவைக்காக யோசிக்காம உனக்காக யோசி. இது உன் லைவ். நீ தான் வாழப் போறது. நீ தான் முடிவு பண்ணனும்." என்றான் தாஸ்.

"என்னடா. மூண்டு நாள்ல கலியாணம். பத்தாகுறைக்கு அவள்ட வேற வெடிங் காட்ட கூட குடுத்தாச்சு. இப்ப போய் என்னண்டுடா." என்றான் தருஷ்.

"சரி அவ்வளவு தானே. எங்க ஜனுஷ் கவிட நம்பர குடு. நான் அவள கூப்பிடுறன் நீ கதை. நடந்து உண்மையை எல்லாருமா சொல்லுவம். உன் மனசுலயும் அவள் இருக்கிறாள் எண்டது எங்களுக்கு விளங்குது. முடிவு அவள் எடுக்கட்டும்."

என்று கூறிய தாஸ் அழைப்பெடுத்து கவியிடம் தகவல் சொன்னான். கவியும் சந்திக்க சம்மதித்தாள்.

மூவரும் சென்று கவிக்காக காத்திருந்தனர். சொன்ன நேரத்துக்கு சரியாக போய் சேர்ந்தாள் கவி.

இப்போது கவியின் முகத்தில் பதற்றம் இல்லை! எதிர்பார்ப்பு இல்லை! குழப்பம் இல்லை! எந்தவித உணர்வும் வெளிக்காட்டாமல் சாந்தமாக வெறுமையாக ஒளி நிறைந்து இருந்தது அவள் முகம்.

மூவருமாக சேர்ந்து நடந்த உண்மையைக் கூறி மன்னிப்புக் கேட்டார்கள். கவியை தான் நேசிப்பதாகவும் கவி ஏற்றுக் கொண்டாள் தான் கவியை திருமணம் செய்து கொள்வதாகவும் உறுதி கொடுத்தான் தருஷ்.

கவி அவ்வளவு வருடங்களாகத் தேடிய அனைத்து உண்மைகளும் ஒன்றுவிடாமல் வந்து சேர்ந்தன. அவள் தேடிய அவளது காதல் முன்னால் வந்து தன்னை ஏற்றுக் கொள்ளுமாறு தலை தாழ்ந்து நின்றது.

ஒரு பெண்ணாய் அவள் விரும்பிக் கேட்ட அனைத்தும் அவள் முன்னால் நிற்க துள்ளிக் குதித்து சந்தோஷப்பட வேண்டியவள் அவள் காதல் முன்னால் வந்து நிற்க உலகைத் தாண்டிப் பறக்க

வேண்டியவள் எந்தவித சலனமும் காட்டாமல் உணர்ச்சி வசப்படாமல் சாந்தமாக அமைதியாக மௌனமாக நின்றாள்.

அவளால் எப்படி உணர்ச்சிவசப்பட முடியும்? அவளால் எப்படி அதை ஏற்றுக் கொள்ள முடியும்? அது தான் அவள் இதயம் ஏற்கனவே இறந்து விட்டிருந்ததல்லவா!

அவள் முகத்தில் எந்த சலனமும் காட்டவில்லை. அவள் வாய் திறந்து எதுவும் பேசவில்லை. அவர்கள் பேசி முடித்ததும் தனக்கும் அதற்கும் எந்தத் தொடர்பும் இல்லாதவள் போல அந்த இடத்தைவிட்டு அகன்றாள் கவிதா.

அவள் அறிவாள் ஒரு பெண்ணின் வலி. அவள் அறிவாள் ஒரு குடும்பத்தின் வலி. அவள் அறிவாள் எதிர்காலத்தின் வழி. காதல் அன்றும் இன்றும் வெவ்வேறு உருக் கொண்டிருப்பதை அறிந்தாள். காதல் உருமாறாது என்பதையும் அறிவாள். அதற்கு உதாரணமும் அவள்.

இன்று அவள் அவனை ஏற்றுக் கொள்ளுதல் என்பது காதல் அல்ல சுயநலம் என்பதையும் அவள் அறிவாள். அவள் தருஷை ஏற்றுக் கொண்டால், ஒரு பெண் வாழ்க்கை கேள்விக் குறியாகும் என்பதை நன்கு அறிவாள். அந்த பெண் தவறான முடிவை நோக்கி உந்தப்படுவாள் என்பதையும் அறிவாள். சமூகம் அவளை கேளிக்கை பொருளாக்கும் என்பதை அறிவாள். அதன் பின் அந்தப் பெண்ணின் குடும்பம் கூனிக் குறுகி அவர்கள் வாழ்வில் பல இனிமையான நாட்களை தொலைத்துவிடும் என்பதையும் அறிவாள்.

எல்லாதையும் விட மேலாக ஒழுக்கமாக வாழ்ந்த தருஷின் குடும்பம் தலைகுனிந்து கைகட்டி நிற்கும் என்பதையும் அவள் அறிவாள். தருஷின் உறவுகள் அனைத்தும் அதன் பின் தருஷை வெறுக்கும். ஒரு நல்லது கெட்டதற்கு தலைகாட்ட முடியாத நிலை கூட உருவாக நேரிடும்.

நாளை எந்தப் பாவமும் அறியாமல் பிறக்கப் போகின்ற பிள்ளைகள் அனைத்தும் இந்தப் பாவங்களைச் சுமந்து வேதனைக்குள் வாழும். மனித மனம் குரங்கு போன்றது. ஒரு கட்டத்தில் அவனுக்கே அவள் மேல் வெறுப்பு வரும். எல்லோர் வாழ்வும் இறுதியில் வெறும் வேதனையாய் கழிந்துவிடும். இது அத்தனையும் அவள் அறிவாள்.

அந்தத் திருமணம் நிகழந்தால், பல குடும்பம் நிம்மதியாய் சந்தோஷமாக வாழும். பெற்றவர்கள் பெற்றதை எண்ணிப் பெருமைப்படும் சந்தர்ப்பம் அவர்களுக்குக் கிடைக்கும். மனைவியின் அன்பும் அதைக் கடந்து வரும் மழலைகளின் அன்பும் பழையதை மறக்கடிக்கும். மனைவியையும் அந்த மழலைகளையும் உலகம் கொண்டாடும். அது அனைத்தையும் அவள் அறிவாள்.

தருஷ் காவியாவின் திருமணம் நிகழ்ந்தாலும் தனக்கு ஒரு பாதை இருக்கும். அங்கு நாட்டின் நலம் முன் நிற்கும். பல முன்னேற்றங்கள் சொற்ப காலத்திலேயே நிகழும் இவற்றையும் அவள் நன்றாகவே அறிவாள். எது காதல் என்பதையும் நன்கு அறிவாள் கவிதா.

முற்றும்